இந்திய ஸூஃபிகள் வரிசை

தாஜுத்தீன் பாபா

நாகூர் ரூமி

‘அடுத்த விநாடி’ என்ற நூலின் மூலம் லட்சக்கணக்கான வாசகர்களைப் பெற்ற நாகூர் ரூமியின் இயற்பெயர் ஏ.எஸ். முகம்மது ரஃபி. ஆம்பூரில் மஸ்ஹருல் உலூம் கல்லூரியின் ஆங்கிலத் துறைத்தலைவராகப் பணியாற்றியவர். மாணவர்களுக்காக எழுதிய ‘ஜாலியா ஜெயிக்கலாம் வாங்க ஸ்டூடண்ட்ஸ்’ என்ற நூல் பெரும் வரவேற்பைப் பெற்றது. ஹோமர் எழுதிய ‘இலியட்’ எனும் மாபெரும் கிரேக்க காவியத்தைத் தமிழில் மொழிபெயர்த்திருப்பவர். கம்பனையும் மில்டனையும் ஒப்பாய்வு செய்து டாக்டர் பட்டம் பெற்றவர்.

இந்திய சூஃபிகள் வரிசை

தாஜுத்தீன் பாபா

நாகூர் ரூமி

கிழக்கு

தாஜு*த்தீன் பாபா : இந்திய சூ*ஃபிகள் வரிசை
Tajuddin Baba : Indiya Sufigal Varisai

Nagore Rumi ©

First Edition: August 2021
104 Pages
Printed in India.

ISBN: 978-93-90958-09-2
Kizhakku - 1237

Kizhakku Pathippagam
177/103, First Floor, Ambal's Building, Lloyds Road,
Royapettah, Chennai - 600 014. Ph: +91-44-4200-9603
Email : support@nhm.in   Website : www.nhm.in

f kizhakkupathippagam   **t** kizhakku_nhm

Author's Email: ruminagore@gmail.com

All illustrations, photos and images are for informational purposes only and are copyrighted by their respective owners.

Kizhakku Pathippagam is an imprint of New Horizon Media Private Limited

The views and opinions expressed in this book are the author's own and the facts are as reported by the author, and the publishers are not in any way liable for the same.

All rights reserved. No part of this publication may be reproduced, stored in a retrieval system, or transmitted, in any form or by any means, electronic, mechanical, photocopying, recording or otherwise, without the prior permission of the publishers.

சமர்ப்பணம்

நான் எழுதிய நூல்களில் ஒன்றைக்கூடப் படித்திராத
என் அருமை மகள்கள் ஃபஜிலா, ஷாயிஸ்தா, ஜெமீமா
ஆகிய மூன்று செல்லங்களுக்கும்

பொருளடக்கம்

	அற்புதம் ஓர் அறிமுகம்	... 4
1.	தாஜ்பூர்	... 15
2.	பரம்பரையும் பிறப்பும்	... 18
3.	ராணுவச்சேவையும் ஆன்மிகப்பயிற்சியும்	... 24
4.	அற்புதங்கள் ஆரம்பம்	... 33
5.	மனநலக் காப்பகத்தில்	... 37
6.	மன நலக்காப்பக அற்புதங்கள்	... 41
7.	மருத்துவமனையிலிருந்து அரண்மனைக்கு	... 53
8.	வாக்கியில்	... 60
9.	இறந்த பிறகு நடந்த அற்புதங்கள்	... 76
10.	ஆன்மிக ஆழம்	... 82
11.	பொன்மொழிகள்	... 95
12.	நபிகள் நாயகத்தின் பரம்பரையில்	... 97
	உதவிய நூல்கள்	... 93

அற்புதம் ஓர் அறிமுகம்

இறைவனுக்கு மனிதனால் என்ன செய்துவிட முடியும்? எதுவுமே செய்ய முடியாது. ஏனெனில் இறைவன் தேவைகளற்றவன். தேவைகள் உள்ளவன் எப்படி இறைவனாக இருக்க முடியும்! அப்படியானால் மனிதன் இறைவனுக்கு எப்படித்தான் நன்றி செலுத்துவது? அதற்கு ஒரே வழிதான் உள்ளது. அதுதான் மானிட சேவை.

இந்த செய்தியை நாம் மிகத்தெளிவாக சூஃபிகளின் வாழ்க்கையிலிருந்து புரிந்துகொள்ளவும் உணர்ந்துகொள்ளவும் முடியும். சூஃபித்துவத்தின் செய்தியும் அதுதான். இந்திய சூஃபிகள் வரிசை என்ற தலைப்பில் இந்தியாவில் வாழ்ந்த பல அறியப்பட்ட, அறியப்படாத சூஃபிகளின் வாழ்க்கையை எழுத வேண்டியதன் முக்கிய காரணமும் இதுதான்.

மனிதர்கள் அனைவரும் ஒரே சமுதாயத்தினர். எல்லா மனிதர்களுமே ஒருவகையில் சகோதர சகோதரிகள்தான். என் அப்பா, அவர் அப்பா, அவர் அப்பா என்று பின்னால் போய்க்கொண்டே இருந்தால் மனித குலத்தின் முதல் அப்பா வந்துவிடுவார் அல்லவா? உங்கள் அப்பா, அவரது அப்பா என்று போய்ப்பார்த்தாலும் அதே முதல் அப்பாவில்தான் போய் முடியும், அல்லவா? அப்படியானால் ஜாதி, மதம், இனம், கலாச்சாரம், பண்பாடு, உணவு, உடை இன்னபிறவெல்லாம்

பிற்பாடு தோன்றியவைதான். இந்த உண்மையை உணர்ந்து கொண்டவர்களால் மட்டுமே ஜாதி, மதம் பாராத மானிட சேவை செய்வது சாத்தியம். சூஃபிகளின் வாழ்வும் செய்தியும் சேவையும் மிக அழுத்தமாக இந்த உண்மையை உணர்த்துவதாக உள்ளது.

அப்படியான ஒரு மாபெரும் சூஃபிதான் தாஜுத்தீன் பாபா. சூஃபி மொழியில் இப்படிப்பட்டவர்களை 'குத்பு' என்று சொல்வார்கள். 'குத்பு' என்றால் 'அச்சாணி' என்று பொருள். ஆன்மிகத்தில் மிக உயர்ந்த அந்தஸ்து பெற்றவர்களை மட்டுமே 'குத்பு' என்று குறிப்பிடுவது சூஃபி மரபாகும்.

'மகான்களின் வாழ்க்கைச் சரித்திரத்தை அவர்களின் அருளின்றி எழுத இயலாது' என்கிறார் 'ஹஸ்ரத் தாஜுதீன் பாபா குரு சரித்திரம்' என்ற நூலை எழுதிய ஆசிரியை சென்னையைச் சேர்ந்த திருமதி ரமா. சுப்ரமணியன். அப்படியானால் திருமதி ரமா அவர்களும் நானும் அருள் பாலிக்கப்பட்ட கூட்டத்தில் சேர்ந்துவிட்டோம்!

பாபாவின் வாழ்க்கை வரலாற்றை எழுதுவதற்காக, அவரைப் பற்றி ஒன்றுமே தெரியாமல் திருமதி ரமா. சுப்ரமணியன் நாக்பூருக்குச் சென்றபோது நாக்பூர் அரசபரம்பரையினர் தனக்குச் செய்த உதவியை பாபாவின் அற்புதங்களில் ஒன்றாகக் குறிப்பிடுகிறார். அவ்விதமான அற்புதம் ஒன்று எனக்கும் நடந்தது. பாபாவின் அருள் எனக்கும் கிடைத்தது. பாபாவைப் பற்றிய இந்த அறிமுகத்தில் அதைப்பகிர்ந்து கொள்ள விரும்புகிறேன்.

இந்திய சூஃபிகள் வரிசையில் அடுத்து யாரைப்பற்றி எழுதலாம் என்று யோசித்துக் கொண்டிருந்தபோது சில சூஃபிகளுடைய பெயர்கள் நினைவுக்கு வந்தன. வாட்ஸப்பில் பல மாதங்களுக்கு முன் கஜேந்திரன் என்ற நண்பர் திருமதி ரமா சுப்ரமணியன் எழுதிய பாபாவின் நூலொன்றின் அட்டைப்படத்தை எனக்கு அனுப்பியிருந்தார்.

அதுவே எனக்கான குறிப்புபோல பட்டது. அந்த நூல் உள்ளதா; இருந்தால் ஜெராக்ஸ் எடுத்தாவது எனக்கு அனுப்ப முடியுமா என்று கேட்டேன். அதற்கு அவர், அந்த நூல் தன்னிடம் இல்லை, எப்படியோ அந்த அட்டைப்படம் மட்டும் கிடைத்தது என்று எனக்கு பதிலளித்தார். 'சப்' என்று ஆகிவிட்டது.

இணையத்தில் தேடினேன். சில தகவல்கள் கிடைத்தன. ஆனால் அவை காலக்கிரம வரிசைப்படியும் இல்லை, போதுமான தாகவும் இல்லை. உர்துவில் இரண்டு முழு நூல்கள் கிடைத்தன. நான் உர்து படிப்பேன், எழுதுவேன். அராபிக், பாரசீகம், உர்து - இம்மூன்று மொழிகளுக்கும் எழுத்து வடிவம் ஒன்றுதான். அரபி மொழியின் எழுத்து வடிவத்தைத்தான் சிறிது சிறிது மாற்றங்களுடன் பாரசீகமும் உர்துவும் பயன்படுத்துகின்றன.

கல்லூரியில் இளங்கலை படிக்கும்போது கஜலின் மீதிருந்த காதலின் காரணமாக தமிழுக்கு பதிலாக உர்து எடுத்துப் படித்தேன். சின்ன வயதிலிருந்தே அரபி எழுதவும் படிக்கவும் தெரியும் என்பதால் உர்து படிப்பதில் எனக்கு பெரிதாக பிரச்னை வரவில்லை. பேராசிரியர்கள் உர்துவில் பேசி வகுப்பு நடத்தியது மட்டும் புரியவே புரியாது என்றாலும்!

உர்து மொழியில் தொடர்ந்து படிக்காத காரணத்தினால் தமிழிலும் ஆங்கிலத்திலும் கிடைக்கும் வேகம் உர்துவில் எனக்குக் கிடைக்காது. அகராதிகளின் உதவியுடன் படிக்க முடியும். நான் ஒரு 'அகராதி பிடித்தவன்' என்பதால் அதுவும் எனக்குக் கடினமாக இல்லை! ஆனாலும் விரைவாகப் படித்து முடித்து, புரிந்துகொண்டுவிட முடியாத சூழல் இருந்தது. ஆங்கிலத்திலும் எந்த நூலும் கிடைக்கவில்லை. பாபாவிடம் மானசிகமாக ஒரு வேண்டுகோளை வைத்துவிட்டு என் வசமிருந்த உர்து நூல்களை மெள்ளப் படிக்க ஆரம்பித்தேன்.

திடீரென்று Biography of Hazrat Baba Tajuddin Nagpur என்ற தலைப்பில் ஒரேயொரு ஆங்கில நூல் கிண்டிலில் கிடைத்தது! முஹம்மது அப்துல் ஹஃபீஸ் என்பவர் எழுதியது. ஒரு மொழிக்குக்கூட சூனியம் வைக்க முடியும் என்று அந்த நூலில் இருந்து தெரிந்துகொள்ள முடிந்தது! ஒவ்வொரு வாக்கியத்திலும் தன்னால் முடிந்த அளவு ஆங்கிலத்தை அவர் கொலை செய்திருந்தார். அதில் கொல்லப்பட்ட, மன்னிக்கவும், சொல்லப்பட்ட செய்திகளை நான் என் அனுமானத்தில் புரிந்துகொண்டு, அத்தகவல்கள் உர்து நூல்களில் உள்ளதா என்று சரி பார்த்தேன். அதுவே எனக்கான பெரும் சோதனையாகவும் வேதனையாகவும் கால விரயமாகவும் இருந்தது.

இப்படிச் சென்றுகொண்டிருந்தபோது சில நாட்களுக்கு முன் நண்பர் கஜேந்திரன் வாட்ஸப்பில் எனக்கொரு ஒரு 'ஆடியோ'

அனுப்பினார். அதில், அவருக்குத் தெரிந்தவர்கள் சென்னையில் மயிலாப்பூரில் புதுவீட்டுக்குக் குடிபோனதாகவும், அந்தப் புதுவீட்டின் பக்கத்து வீட்டுக்காரர்கள் பாபாவின் வரலாற்றைத் தமிழில் எழுதியவரின் உறவுக்காரர்கள் எனவும், அந்த நூலின் இரண்டு பிரதிகளை அவர்கள் கொடுத்ததாகவும், அதில் ஒன்றை எனக்கு அனுப்புவதாகவும் அவர் சொன்னார்! அந்த நூல்தான் திருமதி. ரமா சுப்ரமணியன் எழுதிய 'ஹஸ்ரத் தாஜுத்தீன் பாபா குரு சரித்திரம். மதம் கடந்த மகான் (அற்புதங்களும் உபதேசங்களும்)' என்ற நீண்ட தலைப்பும், 216 பக்கங்களும் முக்கியமான ஒளிப்படங்களும் கொண்ட நூல்.

எனக்கு ஏற்பட்ட சந்தோஷத்தில் கண்ணீரே வந்துவிட்டது. பாபாவுக்கு மானசிகமாக நன்றிகளைச் சொல்லிவிட்டு அந்த நூலை உடனே எனக்கு அனுப்பிவைக்கவும் என்று அவருக்கு உத்தரவிட்டேன்! அவரும் அன்றே எனக்கு அனுப்பி வைத்தார். அவருக்கு என் நெஞ்சார்ந்த நன்றிகள். அவரும் தாஜுத்தீன் பாபாவின் அருள் பெற்றவரே.

பாபாவின் வாழ்க்கை முழுக்க அவர் நிகழ்த்திய அற்புதங்களால் ஆனது. அற்புதங்கள் இரண்டு வகைப்படும். தான் யார் என்று காட்டுவதற்காகச் செய்யப்படுபவை ஒருவகை. மனிதர்களுக்கு உதவுவதற்காக மட்டும் செய்யப்படுபவை இன்னொரு வகை. முதல் வகை அற்புதமும்கூட தான் என்ற அகந்தையைக் காட்டுவதற்காக செய்யப்படுபவை அல்ல. அவற்றின் மூலம் ஒரு செய்தியை மனிதர்களுக்குச் சொல்வதற்காக, அல்லது ஒரு அவசியம், அவசரம் கருதி செய்யப்படுபவை அவை.

உதாரணமாக, தன் அம்மா இறந்து கொண்டிருந்ததை உணர்ந்த ஆதி சங்கரர், சிருங்கேரியிலிருந்து ஒரே இரவில் கேரளாவில் இருந்த காலடி கிராமத்துக்குச் சென்று தன் அன்னைக்கான ஈமச்சடங்குகளைச் செய்த வரலாற்றைச் சொல்லலாம்.

தன் தந்தை இறந்துகொண்டிருப்பதை அறிந்த நாகூர் நாயகம் ஒரே இரவில் பூமியைச் சுருக்கி துருக்கியிலிருந்து உத்திரப்பிரதேசத்திலிருந்த மாணிக்கப்பூருக்கு வந்து சேர்ந்த நிகழ்ச்சியையும் குறிப்பிடலாம். நீரின் மேல் நடப்பது, காற்றில் பறப்பது போன்றவையும் இந்த வகையில் சேரலாம். செய்பவரைப் பொறுத்தது அது. டேவிட் ப்ளெய்ன் செய்தால்

அது புகழுக்காக. சூஃபி ராபியா பஸ்ரி செய்தால் அது இறைவனுக்காக.

அடுத்த மனிதனின் நோயைத் தீர்ப்பது, பிரச்னைகளைத் தீர்ப்பது போன்றவை இரண்டாவது வகையைச் சேரும். இயேசு லாசரஸுக்கு உயிர் கொடுத்தது முதல் வகையையும், தொழுநோய் தீர்த்தது, கண் பார்வையைக் கொடுத்தது போன்றவை இரண்டாவது வகையையும் சேரும்.

தாஜுத்தீன் பாபா செய்த அற்புதங்கள் இரண்டு வகையையும் சேர்ந்தவை. இருபத்து நாலு மணி நேரமும் அற்புதங்கள் நிகழ்த்திக்கொண்டே இருந்த வாழ்க்கை பாபாவினுடையது. ஒரு சித்தரைப் போல ஒரே நேரத்தில் இரண்டு இடங்களில் இருப்பார். இயேசு கிறிஸ்துவைப்போல இறந்தவர்களுக்கும் இறந்தவைகளுக்கும் உயிர் கொடுப்பார். அதுவும் எங்கிருந்து கொண்டு தெரியுமா? ஒரு மனநல மருத்துவமனையிலிருந்து! ஆமாம், பைத்தியம் என்று முத்திரை குத்தப்பட்டு, நாக்பூரில் இருந்த ஒரு மனநல மருத்துவ மனையில் சேர்க்கப்பட்ட தாஜுத்தீன் பாபாதான் அந்த மனநலக்காப்பகத்தையே மக்கள் குறைதீர்க்கும் மன்றமாக மாற்றினார்! ஆச்சரியம், ஆனால் உண்மை. சரி, பாபாவின் வாழ்க்கைக்குள் போகலாம். வாருங்கள்.

இந்திய சூஃபிகள் வரிசையில் மூன்றாவது நூலான இதை வழக்கம்போல அழகிய முறையில் வெளிக்கொண்டு வரும் கிழக்கு பதிப்பகத்தாருக்கும், நண்பர் பத்ரி அவர்களுக்கும் நன்றிகள்.

30.3.2021   அன்புடன்
சென்னை   நாகூர் ரூமி
ruminagore@gmail.com

1

தாஜ்பூர்

ஒரு முஸ்லிமான தாஜுத்தீன் பாபாவின் பெயரால் நடத்தப்படும் அறக்கட்டளையில் பல இந்து உறுப்பினர்கள் உள்ளதை மதம் கடந்த சூஃபிகளின் சேவையின் தொடர்ச்சியாகப் பார்க்க முடியும். அவருடைய வாழ்க்கையும் மானிட சேவைக்காக அவர் நிகழ்த்திய அற்புதங்களும் எந்த அளவுக்குப் பிரபலமானவை என்பதை ஒரு சின்ன தகவலில் இருந்து நாம் புரிந்துகொள்ள முடியும்.

அது என்ன தகவல்?

தாஜுத்தீன் பாபாவின் தர்கா - அடக்கஸ்தலம் இருப்பது மஹாராஷ்ட்ரா மாநிலத்தின் மிகப் பெரும் நகரங்களில் ஒன்றான நாக்பூரில். நாக்பூருக்கு இன்னொரு பெயர் உண்டு. அது என்ன தெரியுமா? அதுதான் தாஜ்பூர். ஆமாம். தாஜுத்தீன் பாபாவின் பெயராலேயே தாஜ்பூர் என்று அந்த ஊர் அழைக்கப்பட்டது. இன்றும் அழைக்கப்படுகிறது.

பாபாவை மனநலக் காப்பகத்திலிருந்து மீட்டு தன்னோடு அரண்மனையிலேயே வாழ்நாள் முழுதும் வைத்துக் கொண்டவரும், பாபாவின் சேவையில் தன்னை அர்ப்பணித்துக் கொண்டவரும், பாபாவின் இறப்புக்குப் பிறகு, அவரது

அடக்கஸ்தலத்துக்கும் அருகில் கட்டப்பட்ட பள்ளி வாசலுக்குமாக 83 ஏக்கம் நிலம் கொடுத்தவரும் யார் தெரியுமா? நாக்பூரின் மஹாராஜா ஸ்ரீமான் ராகோஜி ராவ் நான்காம் போன்ஸ்லே ஆவார்.

ஆரஞ்சுப்பழம், அம்பேத்கரியம், ஆன்மிகம் - இம்மூன்றுக்கும் புகழ் பெற்ற நகரம் நாக்பூர். ஆமாம்.

நாக்பூருக்குப் போய் பாபாவின் தர்கா எங்கிருக்கிறது என்று கேட்டால் சின்னக் குழந்தைகூட வழிகாட்டிவிடும்! ஏனெனில் அது தாஜுத்தீன் பாபா வாழ்ந்த ஊர். தாஜ்பூர். தன் வாழ்நாள் முழுவதும் தான் நிகழ்த்திக்கொண்டே இருந்த, இன்றும் நிகழ்த்திக்கொண்டே இருக்கும், எண்ணிலடங்காத அற்புதங் களினால் மகுடிக்கு மயங்கும் பாம்பைப் போல மக்களை அன்பாலும் சேவையாலும் அடிமைப்படுத்தி வைத்திருந்த தாஜுத்தீன் பாபா வாழ்ந்த ஊர் அது.

அதுமட்டுமல்ல. கிட்டத்தட்ட ஆறு லட்சம் தலித்துகள் 1956-ல் அம்பேத்கரின் தலைமையில் புத்த மதத்துக்கு மாறியதும் நாக்பூரில்தான். ஒரே நாளில் அத்தனை லட்சம் மக்கள் மதம் மாறிய அந்த நிகழ்வு இந்திய வரலாற்றில் நிகழ்ந்த முதல் நிகழ்வாகும். அந்த காவிய மதமாற்ற நிகழ்வைக் கொண்டாடும் விதமாக அங்கு 'தீக்ஷபூமி' என்ற பெயரில் ஒரு பெரிய ஸ்தூபி கட்டப்பட்டது. நாக்பூரின் கவர்ச்சிகளில் அதுவும் ஒன்று. நாக்பூர் ஆரஞ்சுப் பழங்களுக்குப் பெயர்பெற்றது என்பது சுவைகூட்டும் தகவல்!

ஷிர்டி சாய் பாபாவுடன்
தாஜுத்தீன் பாபா

பாபா என்ற பெயர் பல பெரியவர் களுக்குக் கொடுக்கப்பட்டுள்ளது. ஒரு தெய்வமாகவே மதிக்கப்படும் ஷிர்டி சாய் பாபாவை உலகறியும். அவரது காலத்திலேயே வாழ்ந்த இன்னொரு பெரிய மகான்தான் தாஜுத்தீன் பாபா. ஷிர்டி சாய் பாபாவும் தாஜுத்தீன் பாபாவும் நெருங்கிய பழக்கம் கொண்டவர்கள். ஷிர்டி சாய்பாபாவை தாஜுத்தீன் பாபா 'அண்ணன்' என்றே அழைத்தார். இருவரும் அருகருகில்

அமர்ந்திருக்கும் அழகிய ஒளிப்படம் ஒன்றும் உள்ளது. வடக்குப் பக்கமாக தாஜுத்தீன் பாபா ஆன்மிக சேவைகள் செய்துகொண்டிருந்தபோது மேற்கில் ஷிர்டி சாய்பாபா அதே மாதிரியான சேவைகளைச் செய்துகொண்டிருந்திருந்தார். சாய்பாபாவின் முக்கியமான சீடரான உபாசினி மஹராஜ் என்பவர், ஷிர்டி சாய்பாபாவின் உத்தரவின் பேரில், தாஜுத்தீன் பாபாவிடம் கொஞ்சகாலம் ஆன்மிகப் பயிற்சிகளைப் பெற்றார். அவரோடு புகழ்பெற்ற இன்னொரு சூஃபியான மெஹர் பாபாவும் இருந்துள்ளார். இந்த தகவல்களெல்லாம் தாஜுத்தீன் பாபாவின் பெருமைகளை நமக்கு உணர்த்தும். அவரது வாழ்க்கையை உற்று நோக்குவோமேயானால் நமக்கான, இந்தக் காலத்துக்கான, முக்கியமான செய்திகள் பல அதில் உண்டு.

•

'தாஜ்' என்றால் கிரீடம் என்று பொருள். 'தீன்' என்ற சொல் பொதுவாக 'மார்க்கம்' என்ற பொருளைக் கொடுத்தாலும் குறிப்பாக இஸ்லாம் மார்க்கத்தைக் குறிக்கும். 'தாஜுத்தீன்' என்றால் 'மார்க்கத்தின் மணி மகுடம்', 'இஸ்லாம் மார்க்கத்தின் தலையில் வைக்கப்பட்ட கிரீடம்' என்றெல்லாம் பொருள். 'பாபா' என்பது பெரியவர்களை மரியாதையாகக் குறிப்பிடப் பயன்படும் பொதுவான சொல்.

பாபாவுக்கு தாஜுல் அவ்லியா (ஞானிகளின் மணிமகுடம்), தாஜுல் மில்லத் வ தீன் (சமுதாயம் மற்றும் மார்க்கத்தின் கிரீடம்), தாஜுல் ஆரிஃபீன் (ஞானிகளின் தலைவர்), சிராஜுஸ் ஸாலிகீன் (ஆன்மிகப் பாதையில் செல்பவர்களின் விளக்கு), ச்சிராக் தீன் (மார்க்கத்தில் ஒளிவிளக்கு) இப்படிப் பல கௌரவப்பெயர்கள் உண்டு.

•

2

பரம்பரையும் பிறப்பும்

தாஜுத்தீன் பாபாவின் தர்கா நாக்பூரில் இருந்தாலும் பாபாவுக்கும் தமிழ் நாட்டுக்கும், முக்கியமாக நமது சென்னைக்கும், நெருங்கிய தொடர்புண்டு. ஏனெனில் பாபாவின் முன்னோர்கள் அரேபியாவிலிருந்து வந்து சென்னையில் குடியேறி வாழ்ந்தவர்கள்!

இந்தத் தகவலை பாபாவின் அருமை பெருமைகளை உணர்ந்து பாபாவை மனநல மருத்துவமனையிலிருந்து வெளியே கொண்டுவந்து, சக்கர்தாராவிலிருந்த தன் அரண்மனையில் ‘லால் மஹால்’ என்ற பெரிய ஏழு மாடிக்கட்டிடத்தில், குட்டி அரண்மனையில், தங்கவைத்துக் கொண்ட மகாராஜாவான, பாபாவால் ‘அண்ணன்’ என்று அழைக்கப்பட்ட ராகோஜிராவ் போன்ஸ்லேயின் சந்ததியினரும் உறுதிப்படுத்தியுள்ளனர்.

இமாம் ஹசன் அஸ்கரி என்பவரின் பேரரான சைய்யித் ஃபாசில் மஹ்தி அப்துல்லாஹ் என்பவர் அரேபியாவிலிருந்து வந்து சென்னையில் குடியேறினார். இமாம் ஹசன் அஸ்கரி நபிகள் நாயகம் அவர்களின் பேரரான ஹஸன் அவர்களின் பரம்பரையில் வருபவர்.

இந்த தகவலின்படி பார்த்தால் தாஜுத்தீன் பாபா அவர்கள் ஒரு 'சைய்யித்' ஆவர்கள். நபிகள் நாயகம் அவர்களது குடும்பத்தில், பரம்பரையில் வருபவர்களைக் குறிக்க 'சைய்யித்' என்ற சொல்லுடன் அவர்களது பெயர் துவங்கும். ஆனால் இக்காலத்தில் 'சைய்யித்' அல்லது 'சையத்' என்ற பெயரைக் கொண்ட பல முஸ்லிம்கள் உள்ளனர். அவர்கள் அனைவருமே நபிகள் நாயகம் அவர்களின் பரம்பரையில் தோன்றியவர்கள்தான் என்ற முடிவுக்கு வந்துவிட முடியாது. ஆனால் 'சைய்யித்' அல்லது 'சையத்' என்ற பெயரில் பின்னால் இப்படி ஒரு வரலாறு உள்ளது.

பாபாவின் முன்னோர்கள் சென்னையில்தான் நீண்ட காலம் வாழ்ந்தார்கள். குறிப்பாக சைய்யித் ஃபாசில் மஹ்தி அப்துல்லாஹ்வின் இரண்டு மகன்கள் சென்னையில்தான் இருந்தார்கள். ஒருவர் ஹஸன் மஹ்தி ஜலாலுத்தீன். இன்னொருவர் ஹஸன் மஹ்தி ருக்னுத்தீன். ஹஸன் மஹ்தி ஜலாலுத்தீனின் பரம்பரையில், அவரது குடும்பக்கொழுந்தாகத் தோன்றியவர்தான் தாஜுத்தீன் பாபா.

பாபாவின் முன்னோர்களில் ஒருவரான சைய்யித் பத்ருத்தீன் என்பவர் மஹாராஷ்ட்ர மாநிலத்தில் நாக்பூருக்கு அருகில் இருந்த புறநகர்ப் பகுதியான காம்ப்த்தீ என்ற பகுதிக்குச் சென்று அங்கு ராணுவத்தில் சென்னைப் படைப்பிரிவின் அதிகாரியாக, ஒரு சுபேதாராகப் பணியாற்றினார்.

முகலாயர்கள் இந்தியாவை ஆண்ட காலத்தில் நாடு பல 'சுபா'க்களாகப் பிரிக்கப்பட்டிருந்தது. ஒரு 'சுபா' அல்லது மாகாணத்துக்கு பொறுப்பாக, தலைவராக நியமிக்கப்பட்டவர் 'சுபேதார்' அல்லது 'சுபாதார்' என்று அழைக்கப்பட்டார். ஆங்கிலேயர் இந்தியாவை ஆண்ட காலத்தில் ராணுவ அதிகாரிக்கு 'சுபேதார்' என்ற பெயர் கொடுக்கப்பட்டது. இந்த இரண்டாவது பொருளில்தான், ஒரு அதிகாரியாக, பத்ருத்தீன் காம்ப்த்தீ என்ற ஊருக்குச் சென்றார்.

பாபாவின் பிறப்பு

காம்ப்த்தியில் அங்கே ஷெய்க் மீரான் சாஹிப் என்பவரின் மகளான மரியம் பீவி என்ற பெண்ணை பத்ருத்தீன் மணந்தார். இருவருக்கும் 1861-ல் ஜனவரி 27 வியாழன் அன்று அதிகாலை

5.15க்கு ஒரு ஆண் குழந்தை பிறந்தது. அது முஸ்லிம்களின் அதிகாலைத் தொழுகை நேரம் என்று கூறப்படுகிறது. அதாவது குழந்தை பிறந்த நேரமானது ஆசீர்வதிக்கப்பட்ட ஒரு தருணமாகும். இஸ்லாமிய நாள் கணக்குப்படி அது ரஜப் மாதம் பிறை 05, ஹிஜ்ரி 1277/79ம் ஆண்டு. குழந்தை நாக்பூரை ஆளவந்த ஆன்மிக அரசன் என்று அப்போது யாருக்கும் தெரியாது.

குழந்தை பிறக்கும் முன் அன்னை மரியம் பீவி அவர்கள் ஒரு கனவு கண்டார். பிரகாசமாக ஒளி வீசிக்கொண்டிருந்த முழு நிலவு ஒரு பந்தைப்போல இறங்கி மரியம் பீவியின் மடியில் விழுகிறது. அதன் ஒளியில் தாயின் மடியும் உலகின் மடியும் ஒளிர்ந்தது. பிரபஞ்சமே ஒளி வெள்ளத்தில் மிதந்தது. இந்த கனவுக்குப் பிறகுதான் மரியம் பீவிக்குக் குழந்தை பிறந்தது.

பல இறைநேசர்கள், இறைத்தூதர்களின் பிறப்பின்போதும் இதையொத்த கனவுகள் காணப்பட்டதாகச் சொல்லப் பட்டுள்ளது. இது ஞானிகளைச் சிறப்பிக்கும் ஒரு மரபாக இருக்கலாம். ஆனால் அந்த மரபுக்கு உயிர் கொடுப்பது அந்த ஞானிகளின் தன்னலமற்ற வாழ்க்கைதான். அப்படிப்பார்த்தால் நிலவொளி எப்படி மனிதர்களுக்கு மத்தியில் வித்தியாசம் பார்ப்பதில்லையோ அதைப்போலவே தாஜுத்தீன் பாபாவும் மனிதர்களுக்கு மத்தியில், ஏன், மனிதர்கள், மிருகங்கள், பறவைகள் என்று எல்லா உயிர்களிடத்திலும் வித்தியாசம் பாராத அன்பு கொண்டவராகவே, ஆன்மிக ஒளியைப் பாய்ச்சியவர் ஆகவே வாழ்ந்து தன் தாய் கண்ட கனவை மெய்ப்பித்தார்.

குழந்தை பிறந்ததும் எல்லாக் குழந்தைகளையும்போல அது அழவில்லை. பெற்றோருக்கு அது அதிர்ச்சியைக் கொடுத்தது. செத்துப் பிறந்த குழந்தையோ என்று நினைத்தனர். ‘மரணம் வருமுன் மரணித்துவிடுங்கள்’ என்று நபிகள் நாயகம் சொன்னதைக் குழந்தை பின்பற்றியதோ என்னவோ! குழந்தைக்கு உயிர் இருக்கிறதா என்று அறிய அதன் நெற்றியிலும் பொட்டிலும் பித்தளைக் காசால் சூடு வைத்துப் பார்த்தனர். சூடு பட்ட குழந்தை கொஞ்சநேரம் அழுதது. பின் மீண்டும் அமைதியாகி சுற்றிமுற்றிப் பார்த்துக்கொண்டே இருந்தது.

குழந்தைக்கு முஹம்மது தாஜுத்தீன் என்று பெற்றோர் பெயரிட்டனர். ஆனால் நாம் எப்போதும் குழந்தைக்கு வைக்கும்

பெயர் ஒன்று, கூப்பிடும் பெயர் வேறொன்றாகத்தான் இருக்குமல்லவா?! அது பாபாவின் விஷயத்திலும் நடந்தது. 'தாஜுத்தீன்' என்று பெயர் வைக்கப்பட்டாலும் ஆசையாக குழந்தையை அவர்கள் 'ச்சிராக் தீன்' என்று அழைத்தனர்.

'ச்சிராக்' என்றால் 'விளக்கு' என்றும் 'தீன்' என்றால் 'மார்க்கம்' என்றும் 'இஸ்லாம்' என்றும் அர்த்தப்படும் என்று ஏற்கனவே பார்த்தோம். நாக்பூருக்கு மட்டுமின்றி, லட்சக்கணக்கான மக்களின் வாழ்வில் ஒளியேற்ற இருந்த அக்குழந்தையை 'இஸ்லாம் மார்க்கத்தின் விளக்கு' என்று அழைத்தது பொருத்தமானதே. லட்சக்கணக்கானவர்கள் என்று நான் மிகையாகச் சொல்லவில்லை. தாஜுத்தீன் பாபாவின் அற்புத ஆற்றல்களால் பயனடைந்தவர்கள் எண்ணிலடங்காதவர்கள். தாஜுத்தீன் பாபா இறந்தபோது அவரது உடலைச் சுமந்து சென்ற ஊர்வலத்தில் மட்டும் 50,000 பேருக்கு மேல் கலந்து கொண்டார்கள் என்கிறது வரலாறு.

இறைநேசரின் அருளும் ஆசியும்

பாபாவின் தந்தை இறந்தபோது பாபாவுக்கு முழுசாக ஒரு வயதுகூட ஆகியிருக்கவில்லை. ஒன்பது வயதில் தாயையும் இழந்தார் பாபா. தாய் வழிப்பாட்டனாரும் தாய் மாமாவும்தான் பாபாவைக் கவனித்துக்கொண்டனர். ஆறு வயதானபோது பள்ளிக்கூடத்தில் சேர்க்கப்பட்டார்.

ஒரு நாள் அவர் பள்ளிக்கூடத்தில் இருந்தபோது அந்த ஊரில் அப்துல்லாஹ் ஷாஹ் ஹுசைனி காதிரி ஷத்தாரி என்ற ஒரு புகழ்பெற்ற இறைநேசர் இருந்தார். அவர் காதிரிய்யா, ஷத்தாரிய்யா ஆகிய இரண்டு ஸூஃபிப் பாதைகளில் தாஜுத்தீன் பாபாவுக்குப் பயிற்சிகள் கொடுத்தவர் என்று சொல்லப்படுகிறது. அந்தந்த ஆன்மிகப் பாதைகளின் பெயரையும் தன் பெயரோடு போட்டுக்கொள்வது ஸூஃபி மரபாகும். அவருடைய அடக்கஸ்தலம் காம்த்தியின் ரயில்வே ஸ்டேஷனுக்கு அருகில் இன்றும் உள்ளது.

அவரைப் பற்றிய முக்கியமான தகவல் அவர் ஒரு 'மஜ்தூப்' என்பதாகும். 'மஜ்தூப்' என்றால் தன்னை இழந்து, எப்போதும் ஒருவித பரவச நிலையில் இருப்பவர் என்று அர்த்தம். அப்படிப்பட்டவர்கள் பார்ப்பதற்கு ஒரு பைத்தியம் மாதிரியும் இருப்பார்கள்.

திடீரென்று பள்ளிக்கூடத்துக்கு வந்த அந்த ஞானி சிறுவன் தாஜுத்தீனைப் பார்த்தார். தனது பையிலிருந்து ஏதோ இனிப்புப் பண்டம் ஒன்றை எடுத்தார். அது உலர்ந்த பேரீச்சம் பழம் என்று சொல்லப்படுகிறது. தன் வாயில் வைத்து அதை ஒரு கடி கடித்துவிட்டு, மீதியை பாபாவின் வாய்க்குள் திணித்தார்.

பின்பு அருகில் இருந்த ஒரு ஆசிரியரைப் பார்த்து, 'இவனுக்கு நீங்கள் என்ன சொல்லிக் கொடுக்கப் போகிறீர்கள்? எல்லாம் கற்றுக்கொடுக்கப்பட்டே அவன் இங்கே வந்துள்ளான்' என்றார்.

பின்பு பாபாவைப் பார்த்து, 'கொஞ்சமாகச் சாப்பிடு, கொஞ்சமாகத் தூங்கு, கொஞ்சமாகப் பேசு. குர்'ஆனை ஓதும் போது முஹம்மது நபியின் ஆன்மாவே உனக்குள் இறங்கி விட்டதாக நினைத்து ஓது' என்று சொல்லிவிட்டுச் சென்று விட்டார்.

அந்த நிகழ்ச்சி பாபாவுக்குள் ஒரு பெரிய மாற்றத்தை ஏற்படுத்தியது. உணவு, உறக்கம், பேச்சு மூன்றும் கொஞ்சமாக இருக்கவேண்டும் என்பது எல்லா ஆன்மிகப் பாதைகளின் எழுதப்படாத விதியாகும். மகான் ரமணர் இதற்கு நல்லதொரு உதாரணம். ஆயிரம் கேள்விகளோடு போயிருப்போம். தெளிவுபெற வேண்டுமென்று. ஆனால் ரமணர் பாட்டுக்கு சாய்ந்து படுத்துக்கொண்டிருப்பார். நம்மைத் திரும்பிக்கூடப் பார்க்க மாட்டார். ஆனால் காத்திருந்து, பொறுமை இழந்து, அதிருப்தியுடன் யாரும் திரும்பி வந்த வரலாறு கிடையாது. காத்திருப்பின் முடிவில் எல்லாக் கேள்விகளும், சந்தேகங்களும் அழிந்துபோயிருக்கும். வார்த்தையில் விவரிக்க முடியாததொரு பேரமைதியில் மனம் திளைத்துவிடும். ரமணரை உலகுக்கு பெரிய அளவில் அறிமுகப்படுத்திய மேற்கத்தியரான பால் ப்ரண்ட்டனின் அனுபவமும் அப்படிப்பட்டதுதான்.

நிறைய சாப்பிடுபவர், நிறைய தூங்குபவர், நிறையப்பேசுபவர் - இப்படிப்பட்ட யாருக்கும் ஞானம் வாய்த்ததாக வரலாறு கிடையாது. ஞானம் கிடைத்த பிறகு, அவசியம் கருதி, ஒருவர் நிறையப் பேசலாம். ஜேகே, ஓஷோ மாதிரி. அது வேறு. தனது நாக்கை வெளியில் காட்டி, 'இதை மட்டும் ஒருவர் காப்பாற்றிக் கொள்வாரேயானால், அவருக்கு சொர்க்கம் நிச்சயம்' என்று நபிகள் நாயகம் சொன்ன பொன்மொழி மிகவும் பிரபலமானது.

அந்த நிகழ்ச்சிக்குப் பிறகு மூன்று நாட்களுக்கு பாபாவின் கண்களிலிலிருந்து கண்ணீர் வழிந்து ஓடிக்கொண்டே இருந்தது. அன்றிலிருந்து அவர் வயதுச் சிறுவர்கள் ஈடுபடும் விளையாட்டு போன்ற எந்தக் காரியத்தையும் அவர் மனம் நாடவில்லை. அதுமட்டுமல்ல. தனியாக இருப்பதில் விருப்பம் அதிகரித்தது. தனிமையை நாட ஆரம்பித்தார். சூஃபிகள் சொன்னதை, அவர்கள் சொன்னதாக தான் கேள்விப்பட்டதைப் பற்றி எல்லாம் சிந்திக்க ஆரம்பித்தார். அந்த வயதிலும் சூஃபிக் கவிதைகள் அவரை ஈர்த்தன. பதினைந்து வயதிற்குள் திருக்குர்'ஆனைப் படித்து முடித்து அதன் அர்த்தங்களை உணர்ந்துகொண்டார். ஃபார்ஸி, உர்து, ஆங்கிலம் ஆகிய மொழிகளிலும் தேர்ச்சி பெற்றார்.

•

3
ராணுவச்சேவையும் ஆன்மிகப்பயிற்சியும்

பாபாவுக்கு பதினெட்டு வயது ஆகும்வரை முக்கியமான நிகழ்வுகள் எதுவும் நடக்கவில்லை. ஆனால் பதிமூன்று வயதாக இருக்கும்போதே சத்தீஷ்கர் மாநிலத்தில் இருந்த அடர்ந்த காட்டுக்குள் சென்று தியானப்பயிற்சிகளில் ஈடுபட்டார் என்றும், ஒரு மரத்தின்மீது அமர்ந்து பல மாதங்கள் உணவின்றி வெறும் இலை, தழைகளை உண்டுகொண்டு ஐந்து ஆண்டுகள் தவம் செய்தார் என்றும் சொல்லப்படுகிறது. இதில் உண்மையும் இருக்கலாம்; கொஞ்சம் மிகையும் இருக்கலாம்.

அவருக்கு பதினெட்டு வயதானபோது நாக்பூரில் இருந்த கன்ஹான் நதியில் ஒரு வெள்ளம் ஏற்பட்டது. வீடு பொருள்களெல்லாம் அதில் அடித்துச் செல்லப்பட்டன. அவரது தாய்மாமாவான அப்துர் ரஹ்மான் வனத்துறை அலுவலகத்தில் வேலைக்குச் சேர்ந்தார். வயிற்றைக் கழுவ வேண்டுமே! தன் மருமகனையும் ராணுவத்தில் சேர்ந்து பணி புரியுமாறு பணித்தார்.

பாபாவும் மாமாவின் சொல்படி 1881-ம் ஆண்டு ராணுவத்தில் எட்டாவது படைப்பிரிவில் சேர்ந்தார். பதிமூன்றாவது படைப்பிரிவு என்றும் சொல்லப்படுகிறது. ஆனால் அது சென்னைப் படைப்பிரிவாக இருந்தது என்பது மட்டும் நிச்சயம்.

அப்போது பாபாவுக்கு வயது பதினெட்டு அல்லது இருபதுதான் இருக்கும். ராணுவப் பணிகளுக்காக அவர் நாடு முழுவதும் பயணிக்க வேண்டியிருந்தது. இங்கிலாந்து, ஃப்ரான்ஸ் போன்ற வெளி நாடுகளுக்கும் சென்று வரும் வாய்ப்பும் கிடைத்தது.

கொஞ்ச காலம் கழித்து 1884-ல் பாபாவின் படைப்பிரிவு சாகர் பகுதிக்கு மாற்றப்பட்டது. அங்கே ஒருநாள் ஓர் இரவு இனிமையான ஒலியொன்று அவரை அழைப்பதுபோல் தோன்றியது. ஒலி வந்த திசையில் நடந்தார். அது ஆளில்லாத ஒரு பகுதிக்கு அவரை அழைத்துச் சென்றது. அங்கேதான் சிஷ்தி ஆன்மிகப் பாதையைச் சேர்ந்த இறைநேசர் பாபா தாவூத் ஷாஹ் மக்கி என்ற பெரியார் இருந்தார். 'மக்கி' என்றால் மக்காவிலிருந்து வந்தவர் என்று பொருள். அந்த ஞானியால் தாஜுத்தீன் பாபா செதுக்கப்பட வேண்டியிருந்தது.

தாவூத்ஷா மக்கி அவர்களோடு தன் இரவுகளைக் கழித்தார் பாபா. அவரிடம் சில சிஷ்தியா தொடர்பான ஆன்மிகப் பயிற்சிகளை அவர் கற்றிருக்கலாம் என்று கருத வாய்ப்புள்ளது. மக்கி இறக்கும்வரை அவரோடு, அவரது சேவையில் பாபா தன்னை அர்ப்பணித்துக்கொண்டார். மக்கி இறந்த பிறகும் அங்கே சென்று தனிமையில் அமர்ந்து தியானத்தில் ஆழத்தொடங்கினார். ஏனெனில் ஞானிகளைப் பொறுத்தவரை உடலோடு இருப்பதும், இல்லாமலிருப்பதும் ஒன்றுதான்.

விடியும்வரை தியானத்தில் ஈடுபட்டிருப்பது பாபாவின் வழக்கமாகிப் போனது. காலையில் மீண்டும் ராணுவ அணிவகுப்பு நடக்கையில் தவறாமல் போய்க் கலந்து கொள்வார். இப்படியாக இரண்டு ஆண்டுகள் சென்றன. உடல் ரீதியாக ஒருவர் அருகில் இல்லாதபோதும் அவரது அருளும் ஆசியும் கொடுப்பதை சூஃபி மரபில் 'உவைஸி தொடர்பு' என்று கூறுவார்கள். அப்படியான ஒரு தொடர்பில் பாபாவுக்கு சிஷ்தியா ஆன்மிகப் பாதையின் பயிற்சிகளும் ரகசியங்களும் அக்கால கட்டத்தில் அருளப்பட்டன.

அதன் பிறகும் வாரத்தில் இரண்டு தடவைகளாவது ஹஸ்ரத் தாவூத் ஷாஹ்வின் அடக்க ஸ்தலத்துக்குச் செல்வதை வழக்கமாக வைத்துக்கொண்டார் பாபா. பகல் நேரத்தில் ராணுவ அணி வகுப்பு, இரவுகளில் ஆன்மிகத் தனிவகுப்பு. சாகரில் இருந்தவரை இப்படியே சென்றது பாபாவின் வாழ்வு.

இந்த விஷயம் பாபாவின் தாய்வழிப் பாட்டியின் கவனத்துக்கு வந்தது. பேரன் ஏதோ தவறான பாதையில் போகிறானோ என்ற சந்தேகம் எழுந்தது பாட்டிக்கு. பாபாவுக்குத் தெரியாமல் அவரைப் பின்தொடர்ந்து சென்று பார்த்தார். ஆனால் அவர் சந்தேகப்பட்டபடி அங்கே எதுவும் நடக்கவில்லை. பாபா தன்னை மறந்து தியானத்தில் இருந்தார். அப்போது அவரது முகத்தில் தோன்றிய பிரகாசமான ஒளி பாட்டியைப் பரவசப்படுத்தியது. அதைப் பார்த்த பாட்டி மகிழ்ச்சியோடு வீடு திரும்பினார்.

மறுநாள் காலை பாபா வீட்டுக்கு வந்தபோது காலை உணவை பாட்டி எடுத்து அவர் முன் வைத்தார். 'இது வேண்டாம், எனக்கு என் லட்டு, பேடா இரண்டும் போதும்' என்று சொல்லிவிட்டு ஏதோ இனிப்புப் பலகாரங்களை உண்பதுபோல தன் கையில் வைத்திருந்த இரண்டு கற்களை 'உண்ண' ஆரம்பித்தார் பாபா. அதைப் பார்த்த பாட்டிக்குத் தன் பேரன் ஆன்மிகத்தில் மூழ்கிவிட்டான் என்பது புரிந்தது. தன் ஆன்மிக அந்தஸ்தை பாட்டி புரிந்துகொள்வதற்காகவும் பாபா அப்படிச் செய்திருக்கலாம்.

ஹஸ்ரத் தாவூத் ஷாஹ் சிஷ்தியுடனான நெருக்கம் பாபாவின் வாழ்வில் நடந்த இரண்டாவது திருப்பு முனையான விஷயம், இரண்டாவது மைல்கல் என்றுதான் சொல்லவேண்டும். முதல் திருப்பு முனை ஹஸ்ரத் அப்துல்லாஹ் ஷாஹ்வின் ஆசியும் அவர் மென்று கொடுத்த இனிப்புப் பண்டமும். இரண்டாவது திருப்பு முனை ஹஸ்ரத் தாவூத் ஷாஹ்வின் நெருக்கமும், விடாமல் பாபா செய்துவந்த பயிற்சிகளுமாகும்.

இப்பயிற்சிகளைப் பொதுவாக 'முராகபா' என்றும், 'ரியாலத்' என்றும் சொல்வார்கள். மகான் பரமஹம்சர் சொல்வதுபோல, காமினி, காஞ்சனையிலிருந்து ஒரு மனிதன் மீண்டு, ஆன்மிக உலகில் சஞ்சரிக்க வேண்டுமென்றால் ஆன்மிகப் பயிற்சிகள் அவசியம். பயிற்சி எதுவுமே செய்யாமல் ஆன்மித்தில் உயர்நிலை அடைந்தவர்கள் கிடையாது. ஒரு சில அருள் பாலிக்கப்பட்டவர்களைத்தவிர.

நபிகள் நாயகம் ஹீரா என்னும் குகைக்கு அடிக்கடி சென்று தியானத்தில் ஈடுபடுவார்கள். நாகூர் நாயகம் எங்கு சென்றாலும் நாற்பது நாட்கள் தொடர்ந்து ஆன்மிகப் பயிற்சிகள் செய்வது

வழக்கம். அதை 'சில்லா' என்று கூறுவார்கள். வேறுவிதமாகச் சொன்னால், நாகூர் நாயகத்தின் வாழ்வு 'சில்லா'க்களால் ஆனது என்றுகூடச் சொல்லிவிடலாம். கதவைப் பூட்டிக்கொண்டு ஒரு அறைக்குள் சென்ற குணங்குடி மஸ்தான் ஏழு ஆண்டுகள் கழித்துத்தான் கனவில் தன் நண்பருக்குத் தோன்றி, தான் அன்று இறக்கப்போவதையும், தன் உடலை காவாந்தோப்பில் கிடத்தியிருப்பதையும் பற்றி அறிவிக்கிறார். இரவு முதல் விடிகாலை வரை ஒரு கிணற்றில் தலைகீழாக தொங்கிப் பயிற்சி செய்திருக்கிறார் சிஷ்தியா ஆன்மிகப்பாதையில் முக்கிய குருவான பக்தியார் காக்கி அவர்கள்.

புத்தர் பல ஆண்டுகள் வனங்களிள் அலைந்து பலவிதமான கடுமையான பயிற்சிகளை மேற்கொண்டார். வயிற்றில் கைவைத்தால் தன் முதுகெலும்பைத் தானே தொடமுடியும் அளவுக்கு வயிறு ஒட்டி பட்டினி கிடந்து பார்த்திருக்கிறார் என்கிறது அவரது வரலாறு. பயிற்சிகளின் அவசியத்தை அடிக்கடி பரமஹம்சர் வலியுறுத்துவார். தன் தியானப் பயிற்சிகளுக்காக அவர் பஞ்சவடி என்ற தனியிடத்தைத் தயார் செய்து வைத்திருந்தார். ரமணர் பல ஆண்டுகள் குகைகளுக்குள் பயிற்சி செய்தார். இப்படிச் சொல்லிக்கொண்டே போகலாம்.

முயற்சித் திருவினையாக்கும் என்று தமிழில் சொல்வார்கள். அது சரிதான். ஆன்மிக வாழ்வினைப் பொறுத்த மட்டில், ஆன்மிகப் பயிற்சிகள்தான் திருவினையாக்கும். இம்முயற்சி களின் உச்சகட்டமாகத்தான் 'முயற்சியற்ற முயற்சி' சித்திக்கும் என்பார் ஓஷோ.

இராணுவப் பணியிலிருந்து விருப்ப ஓய்வு

இராணுவப் படையில் பாபாவுக்கு ஆயுதக்கிடங்கை கவனித்துக் கொள்ளும் அதிகாரியாகப் பொறுப்பு கொடுக்கப்பட்டிருந்தது. ஒரு நாள் பாபா இரவுப்பணியில் ஈடுபட்டிருந்தார். அதைக் கண்காணிக்க ஓர் ஆங்கிலேயே அதிகாரி அங்கே வந்தார்.

தன் இருக்கையில்கூட அமராமல் பாபா பணி செய்து கொண்டிருப்பதைப் பார்த்த அந்த அதிகாரி சந்தோஷமடைந்து தன் ரோந்துப் பணியைத் தொடர்ந்தார். அந்த முகாமிலிருந்து சற்று தொலைவில், அரை ஃபர்லாங் தூரத்தில் இருந்த ஒரு பள்ளிவாசல் அருகில் அவர் சென்றபோது அங்கே அவருக்கு ஓர்

ஆச்சரியம் காத்திருந்தது. அந்தப் பள்ளிவாசலின் அருகில் பாபாவைப் போன்ற ஒருவரைப் பார்த்தார். அது பாபாதானா என்று உறுதி செய்துகொள்ள அருகில் சென்று பார்த்தார்.

என்ன ஆச்சரியம்! அது பாபாவேதான். கண்களை மூடிய வண்ணம் தொழுத நிலையில் பாபா இருந்தார், உலகையே மறந்து கிட்டத்தட்ட பரவச நிலையில். இங்கே ஒரு முக்கியமான தகவலைச் சொல்லியாகவேண்டியுள்ளது. தாஜுத்தீன் பாபா தன் வாழ்நாளில் ஒரு தொழுகையைக்கூட தவற விட்டதில்லை. நேரம் தவறியும் தொழுததில்லை.

சூஃபிகள் மார்க்கக் கடமைகளை நிறைவேற்றுவதில்லை என்று ஒரு தவறான கருத்து சூஃபித்துவத்துக்கு எதிரானவர்களால் சொல்லப்பட்டு வருகிறது. ஆனால் அது உண்மையல்ல என்பதற்கு தாஜுத்தீன் பாபாவின் வாழ்வும் ஓர் உதாரணமாகும்.

தன் மகனார் யூசுஃப் ஒருநாள் ஒரு தொழுகைக்குக் கால தாமதமாக வந்ததனால் பல நாட்கள் அவர்களோடு பேசாமல் இருந்தார்கள் நாகூர் நாயகம் காதிர் வலீ அவர்கள். அதன் பின்னர் தொழுகையைப் பேண வேண்டிய அவசியம் பற்றி மகனுக்கு அறிவுரை கூறினார்கள் என்பதும் வரலாறு.

பாபா பள்ளிவாசலில் தொழுதுகொண்டிருப்பதைப் பார்த்த அதிகாரிக்கு ஒன்றும் புரியவில்லை. முகாமின் பணியை அலட்சியப்படுத்திவிட்டு பள்ளி வாசலில் தொழுகையில் ஈடுபட்டுள்ளாரே என்று குழப்பமாகவும் கோபமாகவும் வந்தது அவருக்கு.

உடனே ஆயுதக் கிடங்குக்குச் சென்று அங்கு யாரும் இல்லை என்ற குறிப்பை எழுதி வைத்துவிடவேண்டும், மறுநாள் விசாரணை செய்ய வேண்டும் என்ற எண்ணத்துடன் ஆயுதக்கிடங்குக்கு விரைந்து சென்றார். ஆனால் அங்கே தன் அறையில் பாபா அமர்ந்துகொண்டிருந்தார்!

அதிகாரிக்கு ஒன்றும் புரியவில்லை. இங்கே இருப்பது இவர் என்றால் அங்கே இருந்தது யார்? இது எப்படி சாத்தியம்? ஆச்சரியமும் ஒருவித அச்சமும் சூழ அவர் மீண்டும் பள்ளிவாசலுக்குச் சென்று தான் கண்டதை உறுதிப்படுத்திக் கொள்ள விரும்பினார். உடனே பள்ளிவாசலை நோக்கி விரைந்து சென்றார்.

ராணுவ உடையில் தாஜுத்தீன் பாபா

அங்கே பாபா முன்பிருந்ததுபோலவே தொழுகையில்தான் இருந்தார். உஷாரான அந்த அதிகாரி உடனே விரைந்து ஆயுதக்கிடங்குக்கு வந்து, பாபாவின் அறைக்கு அருகில் நின்று பார்த்தார். உள்ளேயிருந்து, 'யாரது?' என்ற குரல் கேட்டது!

பதிலொன்றும் சொல்லாமல் அதிகாரி விரைந்து தன் இருப்பிடத்துக்குச் சென்றுவிட்டார். அன்று முழுவதும் அவருக்கு உறக்கம் வரவில்லை. எப்படி வரும்? ஒரே சமயத்தில் இரண்டு இடங்களில் ஒருவர் இருப்பது எப்படி சாத்தியமாகும்? இங்கு இருப்பவர் யார்? அங்கு இருந்தவர் யார்? இந்தக் கேள்வியும் சந்தேகமும் அவரை அரித்துத் தின்று கொண்டிருந்தது.

மறுநாள் ராணுவ முகாமின் உயர் மட்ட அதிகாரிகள் பாபாவை அழைத்து விசாரித்தனர். ஒரே நேரத்தில் இரண்டு இடங்களில் உங்களைக் கண்டதாக எங்களுக்குத் தகவல் கிடைத்துள்ளது. இது எப்படி சாத்தியம்? நீங்கள் யார்? அங்கு இருந்தவர் யார்? என்று பல கேள்விகளைக் கேட்டனர்.

ராணுவ வேலையை விட்டு வெளியேறி இறைப்பணி செய்யவேண்டிய காலம் வந்துவிட்டது என்பதை பாபா உணர்ந்துகொண்டார். அதிகாரிகள் கேட்ட எந்தக் கேள்விக்கும் அவர் பதில் சொல்லவில்லை. உடனே தன் அறைக்குச் சென்று தனக்கு அளிக்கப்பட்ட உடைகள், முத்திரை இன்ன பிறவற்றை அவர்களிடம் சமர்ப்பித்துவிட்டு, 'நீங்கள் சொல்வது சரிதான்.

ஒரே நேரத்தில் இரண்டு வேலைகளை என்னால் செய்ய முடியாது. நான் என் இறைவனை என் இதயத்தில் ஏற்றிக் கொண்டுவிட்டேன். எனவே என் வேலையை ராஜினாமா செய்கிறேன்' என்று சொல்லிவிட்டு தன் ராஜினாமாக் கடிதத்தை அவர்களிடம் கொடுத்துவிட்டு, அனைவருக்கும் 'சல்யூட்' வைத்துவிட்டு அங்கிருந்து வெளியேறினார்.

பாபா தன் வாழ்நாளில் நிகழ்த்திக்கொண்டே இருந்த அற்புதங்கள் பல. அவற்றில் பிரதானமானது, ஒரே நேரத்தில் பல இடங்களில் இருப்பது. இதை பாபாவின் முத்திரை அற்புதம் என்றுகூடச் சொல்லலாம். இதுபற்றி பின் வரும் அத்தியாயங்களில் விரிவாகப் பார்க்க இருக்கிறோம்.

சிறிது நாள் கழித்து ராணுவ முகாமிலிருந்து அவரது வீட்டுக்கு ஒரு கடிதம் வந்தது. அதில் பாபாவை ராணுவப் பணியிலிருந்து விடுவித்து அனுப்பியதற்கான ஒரு காரணம் சொல்லப்பட்டிருந்தது. ஏனெனில் காரணம் சொல்லாமல் ஒருவரை அனுப்ப முடியாது. அதுதான் ராணுவ விதி. பாபாவுக்கு மனநலம் பாதிக்கப்பட்டிருந்ததால் அவரை பணியைவிட்டு நீக்குவதாக அதில் குறிப்பிடப் பட்டிருந்தது!

அப்படியொரு காரணம் சொல்வது ராணுவ அதிகாரிகளுக்கு எளிதானதாகவும், நடந்த விஷயங்களை எப்படி எடுத்துக் கொள்வது என்று புரியாத அவர்களது அறிவுக்குப் பொருத்தமான, தர்க்க ரீதியான காரணமாகவும் அது அமைந்து போனது.

ஆனால் அந்த தவறான, இட்டுக்கட்டப்பட்ட செய்தியைப் படித்த குடும்பத்தினரும் உறவினர்களும் அதிர்ச்சியடைந்தனர். முக்கியமாக அவரது தாய்வழிப்பாட்டிக்கு அது அதிர்ச்சியாகவும் வேதனையாகவும் இருந்தது. ஏற்கெனவே பேரன் ஆன்மிக ஒளி பெற்றவன் என்பதைக் கொஞ்சம் புரிந்துகொண்டவர் அவர் மட்டும்தான். ஆனால் ராணுவத்தின் கடிதம் வந்த பிறகு, அது ஆன்மிகமல்ல; மனநிலை பாதிப்பு என்று அவர் முடிவு செய்துவிட்டார் போலும்.

அக்கறையின் காரணமாக அக்காலத்தில் இருந்த மிகச் சிறந்த மருத்துவர்களிடம் பாபாவை அழைத்துச் சென்றனர். அம்மருத்துவர்களும் தங்கள் அறிவையெல்லாம் பயன்படுத்தி

முடிந்தவரை பாபாவை குணமாக்குவதாக எண்ணிக்கொண்டு அதிர்ச்சி வைத்தியம் போன்ற பலவித சித்திரவதைகளைச் செய்தனர். பாபா எல்லாவற்றையும் பொறுமையோடு பொறுத்துக்கொண்டார். எதிர்க்கவும் இல்லை, ஒன்றும் சொல்லவும் இல்லை.

ஆனால், அந்த முரட்டு சிகிச்சைகள் எதனாலும் அவரது உடல்நிலையோ மனநிலையோ பாதிக்கப்படவே இல்லை. அவர் பரமஹம்சரைப் போல எந்நேரமும் பரவச நிலையிலேயே இருந்தார். கிட்டத்தட்ட நான்கு ஆண்டுகள் உணவு, உறக்கம் ஆகியவற்றை மறந்த நிலையில் அவர் காம்த்தி நகரத் தெருக்களில் உலவ ஆரம்பித்தார்.

பாபாவை ஒரு பைத்தியம் என்றே மக்கள் நினைக்க ஆரம்பித்தனர். ஒரு சித்தரை, சித்தம் கலங்கியவர் என்று சிந்திக்கத்தெரியாத மக்கள் நினைத்தனர்! ஆனால் அது ‘மஜ்தூப்’ என்று சொல்லப்படும் ஞானியின் பரவச நிலை என்று அவர்கள் அறியவில்லை.

மிகச் சிறந்த ராணுவ அதிகாரி என்று அறியப்பட்டவர் கிழிந்த ஆடைகளுடன் தெருக்களில் குழந்தைகளோடும் நாய்களோடும் ஒரு பைத்தியம்போலவே திரிய ஆரம்பித்தார். விலங்குகளுடன் மதகுப் பாலத்தின் அடியில் போய் படுத்துக்கொண்டார். சுட்டெரிக்கும் வெயிலும் கொட்டும் மழையும் அவரை ஒன்றும் செய்யவில்லை. அவர் எப்போதும் ஆனந்த நிலையிலேயே இருந்தார்.

அவ்வூரில் இருந்த குழந்தைகள் அவரைக் கற்களால் அடித்து மகிழ ஆரம்பித்தனர். சிரித்துக் கொண்டே அவற்றை எல்லாம் பாபா ஏற்றுக்கொண்டார். சமயங்களில் அடிக்கக் கற்கள் கிடைக்கவில்லையென்றால் கல் குவியல் இருக்கும் இடங்களை குழந்தைகளுக்கு அவரே காட்டுவார்! அக்குழந்தைகளை யாராவது திட்டினாலோ அடித்தாலோ அப்படிச் செய்ய வேண்டாம் என்று தடுப்பார்!

நான்கு ஆண்டுகள் இவ்விதம் கழிந்தன. அவருடைய பாட்டியும் காலமானார். பின்னர் அப்துர் ரஹ்மான் என்ற தாய்மாமா ஒருவர் அவர் மீது அக்கறை கொண்டு சில இடங்களுக்கு அழைத்துச் சென்று சிகிச்சையெல்லாம் செய்ய ஏற்பாடு செய்தார். ஆனால்

நோயாக இருந்தால் அல்லவா அது குணமாகும்? எனவே எதுவுமே பலனில்லாமல் போகவே தாய்மாமாவும் கைவிட்டார்.

இந்த நான்கு ஆண்டுகளில் பாபா உணவுக்காக யாரிடமும் சென்று யாசகம் கேட்கவில்லை. பல நாட்கள் பட்டினி கிடந்தார். யாராவது இரக்கப்பட்டு உணவுப்பொருள்கள் ஏதாவது கொடுத்தால்கூட அதை நாய்களுக்குக் கொடுத்து விடுவார். கொஞ்சநாள் கழித்து தான் அணிந்திருந்த ஆடையும் அவசியமற்றது என்று கருதிய பாபா அவைகளையும் களைந்து எறிந்துவிட்டு திகம்பரராகத் திகழ்ந்தார்.

இந்தக் கால கட்டத்தில்தான் அவரைச் சுற்றி அற்புதங்கள் நிகழத்தொடங்கின.

•

4

அற்புதங்கள் ஆரம்பம்

வீட்டிலிருந்து வெளியேறு

ஒரு நாள் பாபா காம்ப்த்தி நகரின் பிரதான தெருவொன்றில் ரொம்ப சுறுசுறுப்பாக அல்லது அவசரமாக நடந்து கொண்டிருந்தார். சட்டென்று ஒரு பொற்கொல்லரின் வீட்டுக்குள் நுழைந்தார். வீட்டில் இருந்த பொற்கொல்லரைப் பார்த்து, 'நீ உடனே வீட்டிலிருந்து உனக்கு மிகவும் அத்தியாவசியத் தேவைக்கான பொருள்களை எடுத்துக்கொண்டு உடனே வீட்டை விட்டு வெளியேறு. தாமதிக்கக்கூடாது' என்று உத்தரவிட்டார்.

அந்த பொற்கொல்லருக்கு பாபாவின் மீது மரியாதை இருந்தது. இறைவனோடு பாபாவுக்கு இருந்த நெருங்கிய நட்பு எப்படியோ அவருக்குக் கொஞ்சம் புரிந்திருந்தது. எனவே பாபா சொன்னபடி உடனே அவர் சில அவசியமான பொருள்களை மட்டும் எடுத்துக்கொண்டு குடும்பத்துடன் வெளியேறினார். அப்படிச் செய்வதற்கு அவர் குடும்பமும் ஒத்துக்கொண்டதுதான் அங்கே நடந்த இன்னொரு அற்புதம் என்று சொல்லவேண்டும்.

ஆனால், உண்மையான அற்புதம் அதன் பிறகுதான் நடந்தது. அன்று இரவு அக்கட்டிடம் முழுவதும் இடிந்து விழுந்தது.

மறுநாள் அதை வந்து பார்த்த அந்த பொற்கொல்லரின் குடும்பம் பாபாவுக்கு நன்றி தெரிவித்தது. அன்றிலிருந்து பாபாவுக்கு வாழ்நாள் முழுவதும் ஒரு சேவகராக அந்தப் பொற்கொல்லர் இருந்தார்.

சமையலறையில் உணவு

இன்னொரு நாள் பாபா ஒருவரின் வீட்டுக்குச் சென்று தனக்கு உணவு ஏதாவது கொடுக்கும்படி கேட்டார். ஆனால் அப்போது அவ்வீட்டில் உணவு ஏதுமில்லை. 'வீட்டில் ஒன்றுமில்லையே பாபா, என்னை மன்னியுங்கள்' என்று சொன்னார்.

ஆனால் பாபா விடுவதாக இல்லை. 'ஏன் பொய் சொல்கிறாய்? உன் வீட்டு சமையலறையில் உள்ள சின்ன பாத்திரத்தில் உணவு உள்ளதே! அதை மறைத்து வைத்துவிட்டு எனக்கு ஒன்றுமில்லை என்று சொல்கிறாயா' என்று விளையாடினார்.

பாப அப்படிச் சொன்னதும், வீட்டின் உரிமையாளர் உள்ளே சென்று தேடினார். என்ன ஆச்சரியம்! பாபா சொன்னபடி அந்த சின்ன பாத்திரத்தினுள் சில பழங்கள் இருந்தன! அவர் வீட்டிலிருந்தவர்களும் அப்போது வெளியூர் சென்றிருந்தனர். இது பாபா நிகழ்த்திய அற்புதம் என்று உணர்ந்துகொண்ட அந்த நபர் அந்த உணவை பாபாவுக்குக் கொண்டு வந்து கொடுத்து அவரது கால்களில் விழுந்து அவரது ஆசிகளைப் பெற்றார்.

விழுவதாக இருந்தால் விழு

சென்னையைச் சேர்ந்த ஒருவரின் குடும்பம் காம்ப்த்தியில் வசித்து வந்தது. குடும்பத்தலைவர் பாபாவின்மீது மிகுந்த மரியாதை வைத்திருந்தார். பாபாவோடு சேர்ந்து சாப்பிடும் பழக்கம் கொண்டிருந்தார். பாபா காலதாமதமாக வந்தாலும் பாபாவுக்காக வீட்டு வாசலில் காத்திருப்பார். அவரது உண்மையான பக்தி பாபாவுக்குப் பிடித்திருந்தது.

ஒருநாள் அவரோடு சேர்ந்து உணவு உண்டுகொண்டிருக்கும் போது, 'கிர்தா ஹை தோ கிர், தாஜுத்தீன் தோ ஹை' என்றார். 'விழுவதாக இருந்தால் விழு, தாஜுத்தீன் இருக்கிறேனல்லவா, காப்பாற்றிவிடுவேன்' என்று அதற்குப் பொருள். பாபா அப்படிச் சொன்னதன் அர்த்தம் அந்த சென்னை வாசிக்குப் புரியா

விட்டாலும், பாபா நமக்கு நன்மைதான் செய்வார் என்ற நம்பிக்கை மட்டும் அவருக்குப் பரிபூரணமாக இருந்தது.

அன்று இரவு வீட்டின் கூரை கீழே விழுந்தது. வீடும் தீப்பிடித்துக் கொண்டது. ஆனால் குடும்பத்தில் இருந்தவர்களுக்கு ஒரு சின்ன காயம்கூட ஏற்படவில்லை. 'தாஜுத்தீன் இருக்கும்போது பயமேன்?' என்று அவர் சொன்னதன் அர்த்தம் அப்போதுதான் அவர்களுக்குப் புரிந்தது. வீடு இடிந்ததற்கான இழப்பீட்டுத் தொகையும் அவர்களுக்குக் கிடைத்தது.

மூன்று குழந்தைகள் பெறுவாய்

அந்த சென்னைத் தம்பதியருக்கு நீண்ட காலமாக குழந்தைப் பேறு இல்லாமலிருந்தது. 'பாபா, இந்த ஜென்மத்தில் ஒரு குழந்தைப்பேறு பெரும் பாக்கியத்தையாவது அளியுங்களேன்' என்று சென்னைக்காரரின் மனைவி வேண்டினார். அதைக் கேட்ட பாபா, 'ஏன் ஒரு குழந்தை? மூன்று குழந்தைகள் உனக்குப் பிறக்க தாஜுத்தீன் ஆசி அளிக்கிறேன்' என்று ஆசீர்வதித்தார். அப்படியே அந்த அம்மையாருக்கு மூன்று குழந்தைகள் பிறந்தன.

வழக்கு தள்ளுபடி

ஒருநாள் பாபா ஒரு மதகுப் பாலத்தின் மீது அமர்ந்து கொண்டிருந்தார். அப்போது ஒரு மார்வாடி ரொம்ப கவலையுடன் வேகமாக அப்பாலத்தைக் கடந்து சென்று கொண்டிருந்தார். அவர் மீது ஒரு வழக்கு போடப்பட்டிருந்தது. அன்று அவ்வழக்கின் தீர்ப்பு நாள். மார்வாடியின் வேகத்துக்கும் கவலைக்கும் அதுதான் காரணம்.

மார்வாடியைப் பார்த்த பாபா உரக்கச் சிரிக்க ஆரம்பித்தார். ஏற்கனவே வருத்தத்தில் இருந்த மார்வாடிக்கு பாபா சிரித்தது எரிச்சலையூட்டியது. சற்று கடுப்புடன் பாபாவைத் திரும்பிப் பார்த்தார்.

'என்ன பார்க்கிறாய்? போபோ, உன் வழக்கு தள்ளுபடி செய்யப்பட்டுவிட்டது' என்றார் பாபா.

மார்வாடிக்கு ஒன்றும் புரியவில்லை. ஆனால் ஆச்சரியமாக இருந்தது. பைத்தியம் போல் கிழிந்த ஆடையுடன் அமர்ந்திருக்கும் இவருக்கு என் வழக்கு பற்றி எப்படித் தெரிந்தது என்று அவர் ஆச்சரியப்பட்டார்.

அவர் நீதிமன்றத்துக்குச் சென்றபோது பாபா முன்னறிவித்த மாதிரியே வழக்கு மார்வாடிக்குச் சாதகமாக தள்ளுபடி செய்யப் பட்டது. தீர்ப்பு அறிவிக்கப்படுவதற்கு ஒரு மணி நேரத்துக்கு முன்பாகவே அதை பாபா எப்படிச் சொன்னார்? அவர் ஒரு ஞானியாகத்தான் இருக்கவேண்டும் என்பதை மார்வாடி உணர்ந்துகொண்டார். நிறைய இனிப்புப் பண்டங்களை வாங்கிக் கொண்டு பாபா அமர்ந்திருந்த பாலத்தடிக்கு வந்தார் மார்வாடி.

அவையனைத்தையும் தன்மீது கற்களை எறிந்துகொண்டிருந்த சிறார்களுக்குக் கொடுத்துவிடும்படி பாபா சைகை காட்டினார். இவ்வளவு கருணையுள்ளத்தோடு ஒருவர் இருக்க முடியுமா என்று வியந்த மார்வாடி பாபாவுக்கு நன்றிகளைத் தெரிவித்துக் கொண்டார்.

பாபா அற்புதம் நிகழ்த்தவல்ல ஒரு ஞானி என்று ஊரில் உள்ளவர்களுக்குக் கொஞ்சம் கொஞ்சமாகத் தெரிய ஆரம்பித்தது. நிறைய கோரிக்கைகளுடன் பாபாவிடம் வரத் தொடங்கினர். அந்தக் கோரிக்கைகளில் சுயநலமும், நியாயத்துப் புறம்பானவையும் நிறைந்திருந்தன. ஆனால் நியாயத்துக்கும், உண்மைக்கும் புறம்பாக அற்புதம் நிகழ்த்தச் சொல்கிறவர் களைத் திரும்பிச் சென்றுவிடுமாறு பாபா எச்சரித்தார்.

இஸ்லாமிய சட்டப்படி 'ஹலால்', 'ஹராம்' என்று இரண்டு உள்ளது. அனுமதிக்கப்பட்டவை 'ஹலால்' ஆகும். அனுமதிக்கப் படாதவை 'ஹராம்' ஆகும். எதெல்லாம் அநியாயமானதோ அதெல்லாமும்கூட 'ஹராம்' என்ற வரையறைக்குள் வந்து விடும். சுருக்கமாகச் சொன்னால் ஹராமாக, சுயநலத்துக்காக வைக்கப்பட்ட எந்த வேண்டுகோளையும் பாபா அனுமதிக்க வில்லை. அதோடு, அற்புதங்களைப் பொழுதுபோக்காக நிகழ்த்திக் காட்டும்படிக் கேட்டுக்கொள்ளும் கூட்டமும் அதிகரித்தது. அதற்குமேல் அவ்வகை வேண்டுகோள்களைப் பொறுத்துக்கொள்ள பாபா விரும்பவில்லை. மக்களை விட்டு ஒதுங்கி வாழ நினைத்தார். எங்கே போனால் நிம்மதியாக, தொல்லையில்லாமல் இறை தியானத்தில் திளைத்திருக்கலாம் என்று யோசித்தார்.

அதற்குக் கிடைத்த பதில்: மனநலக் காப்பகம்!

•

5

மனநலக் காப்பகத்தில்

பொதுமக்களின் தொல்லைகளும் தொந்தரவுகளும் எல்லை மீறிப்போனதால் ஒருநாள் பாபா, 'நான் நாளை முதல் மனநோயாளிகளுக்கான மனநலக்காப்பகத்துக்குப் போய்விடப் போகிறேன்' என்று சொன்னார். ஆனால் அதைக்கேட்ட மக்கள் அதைப் பெரிதாக எடுத்துக்கொள்ளவில்லை. அற்புதங்கள் நிகழ்த்தக்கூடிய ஒருவரை எப்படி மனநலக்காப்பகத்தில் சேர்த்துக்கொள்வார்கள்? பாபா சொல்வது நடக்காது என்று மக்களின் தர்க்க அறிவு கூறியது.

மறுநாள் பாபா ஒரு வினோதமான காரியத்தைச் செய்தார். ஐரோப்பியப் பெண்களுக்கான ஒரு விளையாட்டு மைதானத்தில் சில ஐரோப்பியப் பெண்கள் இருக்கும்போது திடீரென்று அவர்கள் முன்னிலையில் நிர்வாணமாகப் போய் நின்றார்! அந்த 'ஷாக் ட்ரீட்மெண்ட்'டை அப்பெண்களால் தாங்கிக்கொள்ள முடியவில்லை! எப்படி முடியும்! ஆளும் வர்க்கத்தை ஆளப்படும் வர்க்கம் நையாண்டி செய்வதா? ஆத்திரமடைந்த அவர்கள் காவல்துறையில் புகார் அளித்தனர்.

ஏற்கனவே மனநிலை பாதிக்கப்பட்டவர் என்று ராணுவம் கடிதம் மூலம் சொல்லியிருந்தது. அதை ஏற்றுக்கொண்டுதான்

ஆகவேண்டும். ஏனெனில், அது ஆங்கிலேயே ராணுவ அதிகாரிகளின் தீர்ப்பு! நாடே அவர்கள் வசம்தானே இருந்தது! ஆனால் மனநலம் பாதிக்கப்பட்ட ஒருவரை சிறையில் அடைக்கவும் முடியாது. அது அந்நாளைய அரசாங்கச் சட்டமாகும். மனநலம் பாதிக்கப்பட்டவர்கள் ஆட்சி பீடத்தில் அமரும் காலமெல்லாம் அப்போது வரவில்லை!

அவரைச் சிறையில் அடைக்காமல் வெளியில் உலாவ விட்டால் ஐரோப்பிய சீமாட்டிகள் அளித்த புகாரின்மீது நடவடிக்கை எடுக்காத குற்றத்துக்கு ஆளாக நேரிடும்! எனவே காம்ப்த்தியிலிருந்த மனநலக் காப்பகத்தில் பாபாவைச் சேர்த்து பாதுகாப்பாக வைத்திருக்குமாறு மாவட்ட நீதிபதி 1892-ல் ஓர் உத்தரவைப் பிறப்பித்தார்.

எனவே ஆகஸ்டு 26 அல்லது 28ம் தேதி, 1892-ல் 'பாகல் கானா' என்று அழைக்கப்பட்ட மனநலக் காப்பகத்தில் ஒரு தனிப்பிரிவின் கீழ் ஒரு அறையில் பாபா அடைக்கப்பட்டார். 'பாகல்' என்றால் 'பைத்தியம்' என்றும் 'கானா' என்றால் 'இடம்' என்றும் பொருள். அப்படி அடைக்கப்பட்டதில் பாபாவுக்கு சந்தோஷமே. அவர் விரும்பிய தனிமை அவருக்குக் கிடைத்துவிட்டது! எனவே யாருடைய தொந்தரவும் இல்லாமல் தனது தியானங்களை, தொழுகையை, இன்னபிற ஆன்மிகக் காரியங்களை அவர் தடையின்றி மேற்கொள்ள அது ஏதுவாக

மனநலக் காப்பகம்

இருந்தது. மனநலக் காப்பகத்தில் அவர் அடைக்கப்பட்டபோது அவருக்கு வயது 32 ஆண்டுகள், 07 மாதங்கள், 09 நாட்கள் ஆகியிருந்தன.

ஆனால் சில நாட்களில் பாபா தன் வேலையைக் காட்ட ஆரம்பித்துவிட்டார். அவரை காவல் துறையில் சொல்லி மனநலக் காப்பகத்தில் அடைப்பதற்குக் காரணமாக இருந்த ஐரோப்பிய சீமாட்டிகள் காம்ப்த்தி நகரத் தெருக்களில் மீண்டும் பாபா உலாவுவதைக் கண்டனர்! தங்களுடைய புகாரை காவல்துறை அலட்சியப்படுத்திவிட்டதோ என்ற சந்தேகம் அவர்களுக்கு ஏற்பட்டது. அது ஆங்கிலேயர்களுடைய ஆட்சிக்காலம் என்பதால், அவர்களது புகாருக்கு மதிப்பு கொடுக்காவிட்டால் அது யாராக இருந்தாலும் கடுமையான விளைவுகளை சந்திக்க நேரிடும் என்பது அவர்களுக்கும் தெரியும்.

எனவே காவல்துறை தன் கடமையைச் சரியாகச் செய்யவில்லை, ஒரு பைத்தியக்காரனை, முறையாகப் புகார் கொடுத்தும், தெருவில் அலைய விட்டிருக்கிறது என்று அவர்கள் மாவட்ட நீதிபதியிடம் மீண்டும் புகார் கொடுத்தனர். அவர்கள் சொல்வதை உறுதி செய்துகொள்ள மாவட்ட நீதிபதி அப்பெண்மணிகளுடன் மனநலக்காப்பகத்தை அடைந்தார்.

ஆனால், அங்கே பாபா தனது அறைக்குள் அமைதியாக தியானத்தில் ஆழ்ந்திருந்தார். அவரது அறையும் பூட்டப் பட்டிருந்தது!

அதைப் பார்த்த அவர்களுக்கு பாபா எனப்படும் அவர் தாங்கள் நினைப்பதுபோல சாதாரண மனிதரோ, பைத்தியமோ அல்ல, அற்புத ஆற்றல்கள் கொண்ட அசாதாரண மனிதர் என்பது லேசாகப் புரிய ஆரம்பித்தது. கொஞ்ச நாளிலேயே அவர்கள் அனைவரும் வந்து பாபாவிடம் ஆசி பெறவும் தொடங்கினர்!

அந்த மனநலக்காப்பகத்துக்கு அப்துல் மஜீத் என்ற ஒரு தலைமை மருத்துவர் இருந்தார். அவர் ஒரு நாள் ரோந்து போய்க் கொண்டிருந்தபோது மருத்துவமனையில் வராந்தாவில் பாபா சாதாரணமாக உலாவிக்கொண்டிருப்பதைக் கண்டார். அவருக்கு அதிர்ச்சியாக இருந்தது. பூட்டி வைக்கவேண்டிய ஒருவரை யார் திறந்துவிட்டார்கள்? பாபாவின் அறைக்குப் பொறுப்பாளராக

இருந்தவர்மீது கோபம் கொண்டார். மனநலம் சரியில்லாத ஒருவரை இவ்விதம் பாதுகாப்பின்றி திறந்த வெளியில் விட்டதற்காக அவரைப் பொறுப்பிலிருந்து நீக்க வேண்டுமென்று நினைத்தார்.

செய்தி கேள்விப்பட்ட அறைப்பொறுப்பாளர் உடனே விரைந்து வந்து மஜீதை அழைத்துக்கொண்டு போய் பாபா இருந்த அறையைக் காட்டினார். அறை பூட்டப்பட்டுதான் இருந்தது. பாபா உள்ளே தொழுந்துகொண்டிருந்தார்! பாபாவின் மகிமையை உணர்ந்துகொண்ட அப்துல் மஜீத் அன்று முதல் பாபாவின் பக்தரானார். தன்னுடைய எல்லா காரியங்களையும் துவங்குமுன் பாபாவிடம் உத்தரவு பெற்ற பின்னரே துவங்குவார்! பாபா மனநலக்காப்பகத்தில் பல ஆண்டுகள் நிகழ்த்திய அற்புதங்களையெல்லாம் அவர் பதிவு செய்து வைத்தார்.

•

6

மன நலக்காப்பக அற்புதங்கள்

மனநலக்காப்பகம் பாபா நிகழ்த்திய அற்புதங்களினால் மக்களின் பிரச்னைகளை, நியாயமான குறைகளைத் தீர்க்கும், ஆசைகளை நிறைவேற்றும் இடமாக மாறியது. அறைக்குள் பூட்டி வைத்தாலும் பாபா வெளியே உலாவிக்கொண்டுள்ளார் என்ற செய்தி எப்படியே ஊருக்குள் பரவி மக்கள் பாபாவைப் பார்த்து ஆசிபெற வரத்தொடங்கினர். பாபாவின் புகழ் எந்த அளவுக்குச் சென்றதென்றால், தலைமை மருத்துவரான மஜீதுடன் காசிநாத் என்ற இன்னொரு மருத்துவரும் இருந்தார். இருவரும் சேர்ந்து பாபாவின் படுக்கையை சீர் செய்வார்கள். அவருக்குத் தரவேண்டிய உணவு முதலிய தேவைகளின் பொறுப்பைத் தாங்களே மனமுவந்து ஏற்றுக்கொண்டனர். அந்த சேவையில் அவர்கள் சந்தோஷப்பட்டனர்.

தப்பியோடிய நோயாளி திரும்பி வந்தான்

ஒருநாள் மனநலக்காப்பகத்திலிருந்து ஒரு நோயாளி தப்பியோடிவிட்டான். தலைமை மருத்துவர் கலங்கிப் போனார். இவ்விஷயத்தை அந்த நோயாளியின் குடும்பத்தினருக்கு எப்படி அறிவிப்பது? கடமையைச் சரியாகச் செய்யவில்லை என்ற குற்றச்சாட்டு தன்மீது விழுமே என்றெல்லாம் அவர்

கவலைப்பட்டார். அப்படி அவர் கவலைப்பட்டுக் கொண்டிருக்கும்போது திடீரென்று அவர் முன் தோன்றிய பாபா, 'கவலைப்படாதே, அவன் நாளை திரும்பி வந்துவிடுவான்' என்று கூறினார்.

அது எப்படி சாத்தியமாகும் என்று மஜீதுக்குப் புரியவில்லை. ஆனாலும் அவர் பாபாவை நம்பினார். பாபா சொன்னது போலவே மறுநாள் காலை அந்த நோயாளி மனநலக் காப்பகத்தின் நுழைவு வாயிலில் காத்துக்கொண்டிருந்தான். அதைப் பார்த்த மனநலக்காப்பக ஊழியர்கள் விரைந்து சென்று அவனை அழைத்துக்கொண்டு வந்தார்கள்.

எங்கே போனாய் என்று கேட்டபோது அந்த நோயாளி சொன்னார்: 'நான் கால்போன போக்கில் போய்க் கொண்டிருந்தேன். இந்த பாபாதான் என்னைக் கையைப்பிடித்து அழைத்துக்கொண்டுவந்து விட்டார்' என்று அவன் கூறினான்!

பழியிலிருந்து தன்னைக் காப்பாற்றவே பாபா அந்த அற்புதத்தை நிகழ்த்தியிருந்தார் என்பதை மஜீது புரிந்துகொண்டார்.

இரயில் எஞ்சினை நிறுத்திய இலை

ஒருமுறை வேலை தொடர்பாக மஜீது பம்பாய் செல்ல வேண்டியிருந்தது. அதற்காக பாபாவின் அனுமதியை அவர் வேண்டினார். ஆனால் ரொம்ப நேரம் பாபா ஒன்றுமே சொல்லாமல் மௌனமாக இருந்தார். பொறுமை இழந்த மஜீது, 'பாபா, நான் பம்பாய் போயாகவேண்டும். தயவு செய்து அனுமதி கொடுங்கள்' என்று வேண்டினார்.

'நீ போகவேண்டாம் என்றுதான் நான் நினைக்கிறேன். ஆனால் நீ போய்த்தான் ஆகவேண்டும் என்று பிடிவாதம் பிடிக்கிறாய். சரி போ, ஆனால் இந்த இலையை உன் சட்டை ஜேபிக்குள் பத்திரமாகப் போட்டு வைத்துக்கொள்' என்று கூறி ஓர் இலையைக் கொடுத்தார். மஜீதும் வாங்கி தன் சட்டைப்பையில் போட்டுக்கொண்டார்.

புசாவல் என்ற ஜங்ஷனில் இறங்கிய அவர் எதிர்புறம் செல்வதற்காக தண்டவாளத்தைக் கடந்தார். அப்போது யாரும் எதிர்பாராத விதமாக ஒரு இரயில் எஞ்சின் தன் கட்டுப்பாட்டை இழந்து மஜீதுக்கு மிக அருகில் வந்துவிட்டது. அது தன்மீது

மோதுவதிலிருந்து தப்பித்து தன் உயிரை எப்படிக் காப்பாற்றிக் கொள்வது என்று மஜீதுக்குத் தெரியவில்லை. அந்த நேரத்தில் மானிட அறிவு ஸ்தம்பித்துப் போய்விடுகிறது. ஏதோ உள்ளுணர்வால் உந்தப்பட்ட அவர் அப்படியே தண்ட வாளத்தில் சாய்ந்து உட்கார்ந்துவிட்டார். அல்லது படுத்து விட்டார். அப்போது அவர் மனம் முழுக்க, மூளை முழுக்க பாபா மட்டுமே இருந்தார்.

அதற்குள் புசாவல் ஜங்ஷன் பரபரப்படைந்துவிட்டது. புசாவல் ரயில் நிலைய அதிகாரிகள் அந்த எஞ்சினைக் கட்டுப்படுத்தத் தவறிவிட்டார்கள். இப்போது அது ஒரு மனிதனின் மீது ஏறி அவனைக் கொல்லப் போகிறது. அதைத் தடுக்க முடியாதவர்களாக அந்த துயர நிகழ்ச்சியைப் பார்க்க அவர்கள் தயாராகிவிட்டார்கள் என்றே சொல்லலாம்.

ஆனால் அங்கே அப்போது ஓர் அற்புதம் நிகழ்ந்தது. அவரருகில் வந்த எஞ்சின் சட்டென்று நின்றது. ஒரு கணம் தாமதித்திருந் தாலும் மஜீதின் உடல் பல துண்டுகளாக சிதைந்திருக்கும். ஆனால் அப்படி ஏதும் நடக்கவில்லை. எஞ்சின் நின்றுவிட்டது.

தான் உயிரோடு இருப்பதைக்கூட உணரமுடியாத நிலையில் மஜீத் அச்சத்தில் உறைந்தவராய், புலன்கள் யாவும் செயலற்றுப்போனவராக அப்படியே கிடந்தார். அந்த அதிசய நிகழ்வைப் பார்த்த அதிகாரிகள் அவரருகில் விரைந்து வந்தனர். எழுந்து அமர்ந்த மஜீதின் உடலில் ஒரு சிறு காயம்கூட இல்லை. சட்டைப்பையில் வைத்துக்கொள்ளச் சொல்லி பாபா கொடுத்த இலையை எடுத்து ஒருமுறை நன்றியுடன் பார்த்துக்கொண்டார் மஜீத். தான் காப்பாற்றப்பட்ட காரணமும், தனக்கு அனுமதி கொடுக்காமல் பாபா காலந்தாழ்த்தியதன் காரணமும் இப்போது அவருக்குப் புரிந்தது. ஆனால் கட்டுப்பாட்டை இழந்து ஓடிவந்த எஞ்சின் மிகச் சரியான கணத்தில் எப்படி நின்றது என்று ரயில்வே அதிகாரிகளுக்குப் புரியவில்லை. அவர்களுக்குப் புரிய நியாயமும் இல்லை.

ஒரு சின்ன இலை கட்டுப்பாட்டை இழந்த ரயில் எஞ்சினை நிறுத்தியுள்ளது. ஒரு இலையால் எப்படி ஒரு எஞ்சினை நிறுத்த முடியும்?

முடியும், ஏனெனில் அது பாபா கொடுத்த இலை.

அந்த நாற்காலியில் போய் உட்கார்

ஒருமுறை மாதந்திரக் கூட்டம் நடத்துவதற்காக டாக்டர் மஜீத் அலுவலர்கள் அனைவரையும் அழைத்தார். கூட்டத்தை ஆரம்பிக்கும் முன் பாபாவை தரிசித்து ஆசிபெற்று வர விரும்பினார். அப்போது பாபா அவரை அழைத்து அக்கூட்டம் நடக்க இருந்த மேடையிலிருந்த ஒரு காலியான நாற்காலியில் போய் அமருமாறு மஜீதிடம் சைகை காட்டினார். ஆனால் அந்த நாற்காலி தலைமை அறுவை சிகிச்சை மருத்துவருக்கு உரியது. அதுவரை அப்பதவிக்கு யாரையும் அரசாங்கம் நியமிக்க வில்லை. அந்த நாற்காலியில் உட்காருவது முறையாகாது என்று எண்ணிய மஜீத் அதில் உட்காரவில்லை. ஆனால் கூட்டம் முடிந்தவுடன் மஜீதுக்கு அரசாங்கத்திலிருந்து ஒரு கடிதம் வந்தது. அதில் அவர் தலைமை அறுவை சிகிச்சை மருத்துவராக பதவி உயர்வு அளிக்கப்பட்டதாக எழுதப்பட்டிருந்தது!

உன் தந்தை குணமாகிவிட்டார்

மும்பையைச் சேர்ந்த சேட் ஒருவர் பாபாவைப் பார்க்க வந்தார். அவருடைய தந்தைக்கும் உடல் நிலை மிகவும் மோசமாக இருந்தது. டாக்டர்கள் எல்லாம் கைவிட்ட நிலை. பாபாவிடம் சொன்னாலாவது ஏதாவது நல்லது நடக்காதா என்ற எண்ணத்தில் வந்திருந்தார். அவர் எதுவும் பேசுவதற்கு முன்பே பாபா, 'போ போ, உன் அப்பா குணமடைந்துவிட்டார்' என்று கூறினார். தன்னை அவ்விடத்திலிருந்து அகற்றும் உத்தியோ அது என்று சேட் நினைத்தார். அறிவால் எப்போதுமே அருளைப் புரிந்துகொள்ள முடிந்ததில்லை. பாபா சொன்னது நிஜம்தானா என்று சோதித்துத் தெரிந்துகொள்ள விரும்பினார். உடனே தன் ஊருக்குத் தந்தி கொடுத்து, தன் அப்பா உடல் நிலை எப்படி உள்ளது என்று கேட்டார். அப்பா நலமாக உள்ளதாக பதில் தந்தி வந்தது! உடனே பாபாவின் கால்களில் விழுந்து மரியாதை செய்த சேட் அங்குள்ள ஏழை மக்களுக்கெல்லாம் உணவுக்கு ஏற்பாடு செய்தார்.

ஆன்மிகத்துக்கு மதமில்லை

பௌனாஸ்கர் என்று டாக்டர் ஒருவர் பீஹாரின் தலைநகரான பாட்னாவில் இருந்தார். தனக்கு வேறொரு நல்ல, இன்னும் சிறந்த வேலை கிடைக்க வேண்டுமென்று அவர் ஆசைப்பட்டுக்

கொண்டிருந்தார். அதற்கான தகுதியும் அவருக்கு இருந்தது. ஒரு நாள் அவர் கங்கை ஆற்றில் குளிக்கச் சென்றபோது அங்கே ஒரு பிரம்மாச்சாரி பாபா நின்று கொண்டிருந்தார். அவரது ஒளி பொருந்திய முகம் டாக்டரைக் கவர்ந்தது. அவரோடு கொஞ்ச நேரம் பேசினார். தனக்கு வேறொரு ஊரில் இன்னும் சிறந்த வேலை கிடைத்தால் அந்த பிரம்மச்சாரி பாபாவை புனிதப் பயணம் அழைத்துச் செல்வதாக வாக்களித்தார். அப்படி அவர் சொன்ன கொஞ்ச நாளிலேயே நாக்பூரில் அவருக்கு மருத்துவ அதிகாரியாக வேலை கிடைத்தது. வாக்களித்தபடியே அவரும் பிரம்மச்சாரி பாபாவை புனிதப்பயணம் அழைத்துச் சென்றார்.

பயணம் முடிந்ததும் அந்த டாக்டருடன் பிரம்மாச்சாரி பாபாவும் நாக்பூருக்கு வந்தார். வந்தவர் நேராக தாஜுத்தீன் பாபா இருந்த மனநலக்காப்பகத்தின் வாசல்வரை டாக்டரை அழைத்துச் சென்று, ‘சகோதரரே தாஜுத்தீன். இதோ நம்ம பையன் இங்கே இருக்கிறான். அவனை உங்கள் பொறுப்பில் விட்டுச் செல்கிறேன்’ என்று சொல்லிவிட்டு சட்டென்று மறைந்து போனார்!

அவர் அப்படிச் சொன்ன நேரத்தில் தாஜுத்தீன் பாபா மனநலக்காப்பகத்தில் இருந்த ஒரு மரத்தடியில் அமர்ந்திருந்தார். உடனே, ‘சரி சரி, நான் பார்த்துக்கொள்கிறேன், நம்ம குடும்பத்தைச் சேர்ந்தவன், வேறெங்கே செல்லப்போகிறான்?’ என்று பதிலும் சொன்னார். தாஜுத்தீன் பாபாவும் அந்த பிரம்மாச்சாரி பாபாவும் இதற்கு முன் ஒருமுறைகூட சந்தித்ததே இல்லையென்று பிறகுதான் டாக்டர் பௌனாஸ்கருக்குத் தெரிய வந்தது.

அதுமட்டுமல்ல. ஷிர்டியிலிருந்து கொஞ்ச தொலைவில் இருந்த சகோரி கிராமத்திலிருந்த ஷிர்டி சாய்பாபாவின் சீடரான உபாசினி மஹராஜைப் போய் டாக்டர் பௌனாஸ்கர் பார்க்க வேண்டும் என்றும் தாஜுத்தீன் பாபா உத்தரவிட்டார். சொன்னபடி அவரும் சகோரிக்குச் சென்று உபாசினி மஹாராஜைப் பார்த்த பிறகுதான் ஆன்மிக ஞானிகளுக்கு மதம் பிடித்ததில்லை என்ற உண்மையை அவரால் உணர முடிந்தது. ஏற்கனவே ஷிர்டி சாய்பாபாவின் உத்தரவின் பேரில் உபாசினி மஹாராஜ் தாஜுத்தீன் பாபாவிடம் கொஞ்சம் காலம் தங்கி அவரது அருளாசிகளையும் ஆன்மிகப் பயிற்சிகளையும் மேற்கொண்டார் என்ற தகவலை ஏற்கனவே பார்த்தோம்.

டாக்டர் காசிநாத்ராவ் கண்டது என்ன?

டாக்டர் மஜீத் பணி ஓய்வு பெற்றபின்னர் டாக்டர் காசிநாத் ராவ் என்பவர் அந்த மனநலக் காப்பகத்தின் தலைமை மருத்துவராகப் பதவி ஏற்றார். மஜீதைப் போலவே ராவும் பாபா மீது மிகுந்த மரியாதை வைத்திருந்தார். எந்த அளவுக்கு என்றால் பாபாவின் தலைமீது பூக்களைப் போடுவார். பாபாவின் நெற்றியில் சந்தனம் பூசுவார்! அந்த அளவுக்கு அவரது பக்தி முற்றியிருந்தது.

ஒருநாள் அவர் தனது அறையில் அமர்ந்திருந்தபோது பக்கத்தில் தாஜுத்தீன் பாபா அமர்ந்திருப்பதைக் கண்டார். அவரால் நம்பவே முடியவில்லை. அப்போது அந்த அறையில் 'அஸ்ஸலாமு அலைக்கும்' என்றொரு குரல் கேட்டது. பாபாவும் பதிலுக்கு 'அலைக்கும் ஸலாம்' என்று சொன்னார். அப்போது சுவரிலிருந்து திடீரென்று பத்து விரல்கள் மற்றும் உள்ளங்கை தெரியுமாறு இரண்டு கைகள் வெளிவந்தன. இவ்விதம் கைவிரல்கள் தெரிவதை 'பஞ்சா' என்று சொல்வார்கள். 'பாஞ்ச்' என்றால் உர்துவில் 'ஐந்து' என்று பொருள். இது பொதுவாக நபிகள் நாயகம் அவர்களின் பேரர் ஹுசைன் அவர்களைக் குறிக்கப் பயன்படுத்தும் சொல்லாகும்.

பாபா எழுந்து சென்று அந்தக் கையோடு தன் கைகளை இணைத்து அருளைப் பெற்றுக்கொண்டார். அந்த மாதிரிச் செய்வதை இஸ்லாமிய உலகில் 'முஸாஃபஹா' என்று சொல்வார்கள். சுவரில் திடீரென்று தோன்றிய கைகள் முஹம்மது நபியவர்களின் கைகளாகவோ, முஸ்லிம் உலகில் ஞானிகளின் தலைவர் என்று அறியப்படும் கௌது நாயகம் அவர்களது கைகளாகவோ, நபிகள் நாயகத்தின் பேரர் ஹுசைன் அவர்களின் கையாகவோ இருந்திருக்கவேண்டும் என்பது ஆன்மிக உலகின் நம்பிக்கை. கர்பலா போரில் அநியாயமாகக் கொல்லப்பட்ட நபிகள் நாயகத்தின் பேரர் ஹுசைன் அவர்களின் நினைவாக ஷியா முஸ்லிம்களால் கொண்டாடப்படும் ஊர்வலத்தின்போது பச்ச நிற ஜுப்பா அணிந்துகொண்டு பாபா கலந்துகொள்வார்.

அதன் பிறகு பாபா, கைகள் எல்லாம் மறைந்து போயின. முன்புபோல் சுவர் மட்டும் இருந்தது. டாக்டர் காசிநாத் உடனே பாபா இருந்த அறைக்குச் சென்று பார்த்தார். வழக்கம்போல் பாபா அங்கே அமைதியாகத் தன்னை மறந்த நிலையில் தொழுது கொண்டிருந்தார்.

பாபா ஒரே நேரத்தில் இரண்டு இடங்களில் இருக்கும் நிகழ்வுகள் அனைத்திலுமே அறையில் சென்று அவர் இருக்கிறாரா என்று பார்த்தபோதெல்லாம் அவர் தொழுகையில் இருந்துள்ளது குறிப்பிடத்தக்கது.

மக்காவில் பாபா

ஒருமுறை நாக்பூரிலிருந்து ஒரு முஸ்லிம் முதியவர் தன் மாமியாருடன் பாபாவைப் பார்க்க மனநலக் காப்பகத்துக்கு வந்தார். அவருடைய ஒரு கையில் வாதம் அடித்திருந்தது. அவர் அக்காப்பகத்துக்கு வந்தபோது அங்கே இருந்த ஒரு வேப்ப மரத்தடியில் ஒரு மக்காவுக்குப் புனித யாத்திரை சென்று திரும்பியிருந்த ஒரு ஹாஜி அமர்ந்திருந்தார். அவ்வளவு தூரத்திலிருந்து எதற்காக நீங்கள் இங்கே வந்துள்ளீர்கள் என்று கேட்டபோது அவர் சொன்ன பதில் நம்பமுடியாத ஆச்சரியத்தைக் கொடுத்தது. அப்படி அவர் என்னதான் சொன்னார்?

'நான் மக்காவிலிருந்தபோது தாஜுத்தீன் பாபா என்னோடு 21 நாட்கள் கூட இருந்தார். அவர்தான் என்னை இங்கு அழைத்தார்' என்று சொன்னார்!

அதைக்கேட்ட டாக்டர் காசிநாத்துக்கு வியப்பு தாங்க முடியவில்லை. பல ஆண்டுகளாக பாபா இந்த சிறை போன்ற சின்ன அறையில்தானே தனிமைப்படுத்தப்பட்டு இருக்கிறார்? அவரால் எப்படி மக்காவுக்கு, இன்னொரு நாட்டுக்குப் போகமுடியும்? அவருக்கு ஒன்றுமே புரியவில்லை. ஆனால் பாபா நினைத்தால் எதுவும் சாத்தியம் என்பது மட்டும் புரிந்தது. கண்களில் கண்ணீர் வழிய பாபாவில் பாதங்களில் விழுந்து மீண்டும் ஆசி பெற்றார்.

'சரி இதை மக்களிடம் சொல்லிக்கொண்டிருக்காதே' என்று பாபா கேட்டுக்கொண்டார். அதன் பிறகு வாதம் அடித்த கையுடன் வந்த கிழவரின் அந்தக் கையைப் பிடித்து கொஞ்ச நேரம் தன் கையோடு வைத்துக்கொண்டிருந்தார். கிழவரின் கையில் கொஞ்சம் கொஞ்சமாக சூடேறியது. பின் அவரது கையை பாபா உதறினார். அவ்வளவுதான். அவரது கை சரியாகிவிட்டது! 'ஹஜ்ஜு செய்து அல்லாஹ்வுக்கு உன் நன்றியைச் செலுத்து' என்று அந்த முதியவருக்கு பாபா ஆலோசனை சொன்னார்.

இதுபோன்ற நிகழ்ச்சிகளை சில சூஃபிகளின் வரலாற்றில் காண முடிகிறது. ஞானி தக்கலை பீரப்பா தொழுவதில்லை என்ற குற்றச்சாட்டை விசாரிக்க கீழக்கரை ஞானி சதக்கத்துல்லாஹ் அப்பா பீரப்பாவை சந்திக்கச் சென்றார்கள். பீரப்பாவிடம் கேட்டபோது, 'இங்கே தொழுவது சிறந்ததா, மக்காவில் தொழுவது சிறந்ததா?' என்று பீரப்பா கேட்கவும், 'மக்காவில் தொழுவதுதான் சிறந்தது' என்று சதக்கத்துல்லாஹ் அப்பா பதில் சொன்னார்கள். 'அப்படியானால் இங்கே பாருங்கள்' என்று சொல்லி தான் துணி நெய்யும் தறிக்குழியைக் காட்ட, அதில் பீரப்பா இமாமாக நின்று மக்காவில் இறையில்லமான க'அபாவில் தொழுகை வைத்துக்கொண்டிருக்கும் காட்சி தெரிந்தது!

மகள் பிழைத்தாள்

ஒருமுறை ஒருவர் பாபாவிடம் வந்து, 'பாபா, என் மகள் ரொம்ப உடம்புக்கு முடியாமல் கஷ்டப்படுகிறாள். அவள் இறந்து விடுவாளோ என்று நாங்கள் அஞ்சுகிறோம். அவளைக் காப்பாற்றுங்கள் பாபா' என்று வேண்டினார்.

பேசியவரின் முகத்தையே கொஞ்ச நேரம் பாபா பார்த்துக் கொண்டிருந்தார். பின்பு, 'வீட்டுக்குப் போ, உன் மகள் நன்றாகி விட்டாள்' என்று சொன்னார். வந்தவர் வீட்டுக்குச் சென்று பார்த்தபோது அவர் படுத்த படுக்கையாக இருந்த அவர் மகள் எழுந்து உட்கார்ந்து எதையோ சாப்பிட்டுக்கொண்டிருந்தாள். அதைப் பார்க்க சந்தோஷமாகவும் ஆச்சரியமாகவும் இருந்தது. மகள் எப்படி குணமடைந்தாள் என்று மனைவியைக் கேட்டார்.

'நீங்கள் பாபாவைப் பார்க்க மனநலக் காப்பகத்துக்குச் சென்ற பிறகு, இங்கே ஒரு ஃபக்கீர் வந்தார். தான் அழுது கொண்டிருந்ததைப் பார்த்து ஏன் அழுகிறாய் என்று கேட்டார். நான் சொன்னேன். அதைக்கேட்ட அவர், 'இன்ஷா அல்லாஹ், அவள் சரியாகிவிடுவாள்' என்று சொல்லிச் சென்றார். அவர் சென்ற கொஞ்ச நேரத்தில் மகள் எழுந்து உட்கார்ந்து சாதாரணமாகச் சாப்பிட ஆரம்பித்து விட்டாள்' என்றார்!

ஃபோட்டோவில் தெரியவில்லை

ஒருமுறை அலிகர் முஸ்லிம் பல்கலைக் கழகத்திலிருந்து பாபாவைப் பார்க்க வந்த சில மாணவர்கள் அவரோடு சேர்ந்து ஒரு ஃபோட்டோ எடுத்துக்கொண்டனர். ஆனால் பாபாவிடம்

அனுமதி பெறவில்லை. 'நெகடிவ்'வைக் கழுவி ஃபோட்டோவைப் பார்த்தபோது அதில் எல்லாருடைய முகமும் தெளிவாக விழுந்திருந்தது. ஆனால் பாபாவின் படம் மட்டும் விழவில்லை!

மகன் இறந்துவிட்டான்

ஒருமுறை ஒரு முஸ்லிம் ஒருவர் நாக்பூரிலிருந்து கால் நடையாகவே பாபாவைப் பார்க்க வந்தார். மரணப்படுக்கையில் இருந்த தன் மகன் பிழைக்க வேண்டும் என்ற ஆசையுடன், பாபாவிடம் சொன்னால் தன் மகன் பிழைப்பான் என்ற நம்பிக்கையுடன் வந்தார்.

ஆனால் அவரைப் பார்த்தவுடன், 'ஏற்கனவே இறந்துவிட்ட உன் மகனுக்காக நான் அல்லாஹ்விடம் எப்படிக் கேட்பேன்? இறைவன் விதித்ததை ஏற்றுக்கொள்ளுங்கள்' என்று பாபா கூறினார். அந்த தந்தைக்கு அந்த பதிலைக் கேட்டு மயக்கமே வந்துவிட்டது. நாக்பூரிலிருந்த தன் வீட்டுக்கு திரும்பிய அவர் பாபா சொன்னது உண்மைதான் என்று இறந்துகிடந்த தன் மகனைப் பார்த்துத் தெரிந்துகொண்டார்.

எந்த விஷயத்தில் இறைவனிடம் கேட்கவேண்டும், எதில் கேட்கக்கூடாது என்பதில் ஞானிகள் மிகவும் தெளிவாக இருந்தார்கள். இறைவனின் விருப்பமே தன் விருப்பம் என்று அவர்கள் இருந்ததனால்தான் பல சமயங்களில் அவர்களது விருப்பமே தன் விருப்பம் என்று இறைவனும் இருந்துள்ளான் என்பதை நாம் சூஃபிகளின் வாழ்விலிருந்து தெளிவாகப் புரிந்துகொள்ளலாம்.

சில நேரங்களில் இயேசு, திரு ஞானசம்பந்தர் ஆகியோர் செய்ததைப்போல, இறந்தவர்களுக்கு மீண்டும் உயிர் கொடுக்கப்பட்டுள்ளது. அதே சமயம், எப்போதும் அப்படியே செய்யவேண்டும் என்ற கட்டாயமெல்லாம் அவர்களுக்கு இல்லை. இறைவனின் நண்பர்களாக அவர்கள் இருந்துள்ளார்கள். சில நேரங்களில் இவர்கள் விருப்பத்தை இறைவன் நிறைவேற்றுகிறான். சில நேரங்களில் இறைவனின் விருப்பமே தனது என்று இவர்கள் இருந்துவிடுகிறார்கள். ஆன்மிக வாழ்வில் தொடர்ந்து வரும் இந்த இழையைப் புரிந்துகொள்வது அவசியம்.

உயிர் கொடுத்த உதை

நாக்பூரின் முதன்மை ஆணையராக ஆண்டனி மெக்டொனால்டு என்பவர் இருந்தார். அவர் பாபா இருந்த மனநலக் காப்பகத்தில் மருத்துவராக இருந்த ஸ்ரீராவ் என்பவரின் நண்பர். பாபாவைப் பார்க்க மெக்டொனால்டு விரும்பினார். அதற்காக அவர்கள் குறித்துவைத்திருந்த நாளில் மெக்டொனால்டு வீட்டு நாய் இறந்து போனது. அது அவர்கள் வீட்டு செல்ல நாயாக இருந்ததால் அதைப் புதைப்பதற்கான ஏற்பாடுகளில் இறங்கினார் மெக்டொனால்டு. பாபாவைப் பார்த்துவிட்டு வந்த பிறகு நாயின் இறுதிச்சடங்கை நிகழ்த்தலாம் என்று ஸ்ரீராவ் யோசனை கூறினார். பாபாவின் அற்புதங்களைப் பற்றி அறிந்திருந்த மெக்டொனால்டு அந்த யோசனைக்கு உடன்பட்டார்.

அவர்களைப் பார்த்தவுடன், 'நாயை அழைத்துவரவில்லையா?' என்று பாபா கேட்டார். அதைக்கேட்டதும் உடனே அந்த நாயின் உடலை பாபாவிடம் எடுத்துவந்து காட்டும்படி ஸ்ரீராவ் சொன்னார். அவர் கேட்டுக்கொண்டபடி செத்த நாயின் உடல் பாபாவின் முன் கொண்டுவந்து வைக்கப்பட்டது.

'இன்னும் ஏன் தூங்குறே? எழுந்து ஓடு' என்று சொல்லி ஒரு உதை விட்டார் பாபா. செத்த நாய் உயிர் பெற்று மெக்டொனால்டிடம் ஓடி நின்றது! அன்று முதல் நாக்பூர் ஆணையர் பாபாவின் தீவிர பக்தரானார்.

வழக்கறிஞர் யார்

பாபு ராம்சிங் என்பவர்மீது பிரிட்டிஷ் அரசு ஒரு வழக்கு போட்டிருந்தது. ஆனால் அது பொய்யான வழக்கு. ஆனால் ராம்சிங் எந்தக் குற்றமும் செய்யவில்லை. அது ஒரு பொய் வழக்கு. ராம்சிங் பாபாவிடம் வந்து தன் பிரச்னையைச் சொல்லி தன்னைக் காப்பாற்றும்படி வேண்டினார். 'போ...போ, வழக்கிலிருந்து நீ விடுவிக்கப்படுவாய். அதற்கு நானே பொறுப்பு' என்று பாபா சொன்னார்.

மறுநாள் ராம்சிங் நீதிமன்றத்துக்குச் சென்றபோது அவருக்காக முன்பின் தெரியாத ஒரு புதிய வழக்கறிஞர் வாதாடினார். அவரை ராம்சிங் நியமிக்கவே இல்லை. அவரை அதுவரை அவர் பார்த்ததுகூட இல்லை. வழக்கறிஞரின் திறமையான வாதத்தால் ராம்சிங் குற்றமற்றவர் என்று விடுவிக்கப்பட்டார்.

வழக்கறிஞரைப் பார்த்து நன்றி கூறிய ராம்சிங், 'ஐயா, நீங்கள் யார்? இதுவரை நான் உங்களைப் பார்த்ததே இல்லையே?! ஆனால் நீங்கள் என்னைக் காப்பாற்றிவிட்டீர்கள்' என்று சந்தோஷத்துடன் கூறினார். அதற்கு அவர், 'நீ யாரிடம் உன்னைக் காப்பாற்ற வேண்டும் என்று வேண்டிக்கொண்டாயோ அவர்தான் என்னை அனுப்பினார்' என்று கூறினார்.

ஆனால் அதன் பிறகு அந்தப் புதிய வழக்கறிஞர் யார் கண்ணிலும் படவில்லை. பாபாதான் வழக்கறிஞராக வந்து தன்னைக் காப்பாற்றியுள்ளார் என்பதை ராம்சிங் உணர்ந்துகொண்டார். சினிமாப் படங்களில் மட்டுமே நாம் இத்தகையை காட்சிகளைப் பார்த்திருக்கிறோம். ஆனால் பாபா நிகழ்த்திய அற்புதங்கள் அவைகளையும் மிஞ்சிவிட்டன.

பாபாவே காவல்

காவல் துறையில் பணியாற்றிய ஒருவர் அடிக்கடி பாபாவைப் பார்க்க வருவார். அது உடன் பணியாற்றிய ஒருவருக்குப் பிடிக்க வில்லை. 'இப்படி நீ அடிக்கடி பாபாவைப் பார்க்கப் போய்க் கொண்டிருந்தால் நான் உன்னைப் பற்றி மேலிடத்துக்கு புகார் செய்வேன்' என்று மிரட்டினார். ஆனால் அந்த மிரட்டலை எல்லாம் பாபாவின் பக்தர் பொருட்படுத்தவில்லை. தொடர்ந்து பாபாவைப் பார்க்கப் போய்க்கொண்டுதான் இருந்தார். கடுப்பாகிப்போன அந்த சகபணியாளர், தன் நண்பரைப் பற்றி புகார்க் கடிதம் எழுதிப்போட்டார். அதில் அவரைப் பதவி நீக்கம் செய்யலாம் என்றும் சொல்லியிருந்தார்.

அந்த காவல் பணியாளரைப் பார்த்த பாபா, 'கவலைப்படாதே, இந்தப் பக்கிரி தாஜ் உன்னைக் காப்பாற்றுவான். உனக்கு பதவி உயர்வும் கிடைக்கும்' என்று கூறினார். சில நாட்கள் கழித்து அவர் பெயருக்கு ஒரு கடிதம் வந்தது. புகார் கொடுத்தவர் சந்தோஷமடைந்தார். பதவி நீக்கம் அல்லது கடுமையான எச்சரிக்கை இப்படி ஏதாவது வந்திருக்கும் என்றுதான் அவர் நினைத்தார். ஆனால் பாபாவை அடிக்கடி பார்க்கச் சென்ற அந்த காவலருக்கு பதவி உயர்வு கொடுக்கப்பட்டிருந்தது!

துகாராமின் துக்கம்

துகாராம் என்பவர் ஒரு நல்ல மனிதர். ஆனால் அவர் ஒரு வியாதியால் மிகவும் கஷ்டப்பட்டுக் கொண்டிருந்தார். அது

ஒன்றும் பெரிய வியாதி அல்ல. ஆனால் முப்பது ஆண்டுகளாக அது அவரை வாட்டிக்கொண்டிருந்தது. அப்படி என்ன வியாதி? ஒன்றுமில்லை, இருமல்தான். ஒரு சாபக்கேடு மாதிரி அந்த இருமல் அவரை அத்தனை ஆண்டுகளாக வாட்டிக் கொண்டிருந்தது. அவர் பார்க்காத வைத்தியமில்லை, குடிக்காத கஷாயமில்லை. ஆனால் ஒன்றும் அவர் பிரச்னையைச் சரிசெய்யவில்லை. அது தீவிரமானதே தவிர தீரவில்லை. அவரால் இரவில் தூங்க முடியாமல் போனது. கிடைக்கும் ஓய்வு நேரத்தில் பகலில் மட்டுமே அவர் தூங்கினார்.

ஒருமுறை துக்காராமின் உயர் அதிகாரி பாபா இருந்த மனநலக் காப்பகத்துக்கு பணி நிமித்தமாகச் சென்றார். அவரோடு சென்ற துக்காராம் ஒரு வெள்ளிக்கோப்பையில் தேநீர் போட்டு எடுத்து கொண்டு சென்று பாபாவுக்கு அதைக் கொடுத்தார்.

தேநீரைக் குடித்த பாபா, 'இதை நீ முப்பது ஆண்டுகளுக்கு முன்பு கொடுத்திருந்தால் இத்தனை ஆண்டுகளாக உன் தூக்கத்தைத் தொலைத்திருக்க வேண்டாமே?' என்றார்! சொல்லிவிட்டு தரையின் தூசியைக் கொஞ்சம் எடுத்து துக்காராமின் கையில் கொடுத்து, 'இதைச் சாப்பிடு' என்றார். துக்காராமும் ஒன்றும் நினைக்காமல் உடனே அதை விழுங்கினார். பாபா கொடுத்த தூசி பிரசாதத்தால் முப்பது ஆண்டுகளின் இருமல் மூன்றே வினாடிகளில் அவரை விட்டுச் சென்றது!

அன்றாடம் அற்புதங்கள் நிகழ்த்திக்கொண்டிருந்த தாஜுத்தீன் பாபா அந்த மனநலக் காப்பகத்துக்கு வந்து பதினாறு ஆண்டுகளுக்கும் மேலாகிவிட்டது. அங்கிருந்து வெளியேற வேண்டிய காலமும் நெருங்கிக் கொண்டிருந்தது. அதுவும் எங்கே? நாக்பூரில் இருந்த ஓர் அரண்மனைக்கு!

•

7

மருத்துவமனையிலிருந்து அரண்மனைக்கு

தாஜுத்தீன் பாபா மனநலக்காப்பகத்திலிருந்த காலகட்டம் நாக்பூரின் மகாராஜா ராகோஜி ராவ் போன்ஸ்லே என்பவரால் முடிவுக்கு வந்தது. மகாராஜா என்றால் பிரிட்டிஷ் ஆட்சிக்கு முன் ராஜாவாக இருந்தவர். பிரிட்டிஷ் ஆட்சியில் ஒரு ஆளுநருக்கு உரிய மரியாதையையும், ஆண்டுக்கு லட்ச ரூபாய்க்கு மேலான உதவித்தொகையையும் பெற்றுக்கொண்டிருந்தவர்.

மன்னர் அடிக்கடி ஹீராசிங் என்ற மகானைப் போய் பார்த்து மரியாதை செய்துவிட்டு வருவார். ஆனால் அவரைச் சந்திக்கும்போதெல்லாம் மகான் ஹீராசிங் அவரிடம், 'நீ சேவை செய்யவேண்டியது எனக்கல்ல. உன் சேவைகளுக்காக ஒரு மகான் காத்துக்கொண்டிருக்கிறார்' என்று கூறுவார். ஆனால் யார் அந்த மகான் என்ற விபரம் எதுவும் சொல்லவில்லை.

ஒரு நாள் மன்னரின் கனவில் வளைவுடன் கூடிய ஒரு வாயிலும் எண் 62 என்பதும் திரும்பத் திரும்பக் காட்டப்பட்டது. அதன் விளக்கத்தை மன்னர் ஹீராசிங்கிடம் கேட்டபோது, 'இதைப் பற்றித்தான் நான் பல மாதங்களாக உன்னிடம் சொல்லிக் கொண்டிருக்கிறேன். இவர்தான் நீ சேவை செய்யவேண்டிய மகான் தாஜுத்தீன் பாபா. இவர் மனநலக் காப்பகத்தில்

நாக்பூர் மகாராஜா ராகோஜி
ராவ் போன்ஸ்லே - IV

அடைக்கப்பட்டுள்ளார். அவருக்குக் கொடுக்கப்பட்ட எண்தான் 62. நீ உடனே சென்று அவரை விடுவித்து உன்னோடு அழைத்து வைத்துக்கொள்' என்று கூறினார். அல்லது உத்தரவிட்டார்.

பின்னர் பாபா இருந்த மனநலக் காப்பகத்துக்குச் சென்ற மன்னர் அங்கிருந்த அதிகாரிகளோடு பேசி, கடைசியாக இரண்டாயிரம் ரூபாய் பணம் கட்டி பாபாவை விடுவித்தார். 'நான் செய்யும் ஏழு குற்றங்களை மன்னித்துவிடுவதாக பிரிட்டிஷ் அரசு என்னிடம் கூறியுள்ளது.

பாபாவை விடவில்லை எனில் முதல் குற்றமாக உன்னைக் கொல்வேன்' என்று மனநலக்காப்பகத்திலிருந்த ஆங்கிலேய அதிகாரியிடம் தன் கைத்துப்பாக்கியைக் காட்டி மிரட்டி, பின்னர் அவர் கேட்ட இரண்டாயிரம் ரூபாயைக் கட்டி பாபாவை அழைத்து வந்தார் என்று ரமா சுப்ரமணியன் எழுதியுள்ளார். அதில் கொஞ்சம் சினிமாத்தனம் இருப்பதாகப்படுகிறது.

எப்படியே பாபா மனநலக்காப்பகத்தை விட்டு வெளியே வந்துவிட்டார். ஆனால் முதலில் மன்னரின் மகன் போய் அழைத்தபோது வரமுடியாது என்று சொன்னதாகவும், பின்னர் மன்னர் போய் அழைத்தபோதும், 'நாக்பூரின் மகாராஜாவுக்கு இந்த பைத்தியத்திடம் என்ன வேண்டும்?' என்று பாபா கேட்டதாகவும், பின்னர் மன்னர் மன்னிப்புக் கேட்டு அழைத்த பிறகு, 'நீ என் அண்ணன்' என்று சொல்லி மன்னரை அணைத்துக் கொண்டார் பாபா என்றும் கூறப்படுகிறது.

இறைவனோடு விவாதம்

நான்கு குதிரைகள் பூட்டிய சாரட் வண்டியில் பாபாவை மன்னர் சக்கர்தாராவிலிருந்த தனது அரண்மனைக்கு அழைத்து வந்தார். வரும் வழியில் ஆகாயத்தைப் பார்த்து பாபா ஏதேதோ சொன்னார். அவர் கொஞ்சம் கோபமாக இருப்பதாகப்பட்டது. பின்னர் ஒரு கட்டத்தில் கொஞ்சம் அழுதார். பின்னர் சிரித்தார். அதையெல்லாம் பார்த்தவர்களுக்கு மன்னர் ஏன் இந்தப்

பைத்தியத்தை அரண்மனைக்கு அழைத்துப் போகிறார் என்ற சந்தேகம் ஏற்படத்தான் செய்தது.

அரண்மனையை அடைந்ததும் மன்னரின் மகனை அழைத்து உனக்கு புத்திர பாக்கியம் வேண்டுமா என்று கேட்டார். இளவரசர் சிரித்துக்கொண்டே ஆமோதித்துத் தலையாட்டியதும், 'உனக்கு ஐம்பது குழந்தைகளை வரமாக அளிக்கிறேன்' என்றார்! ஆனந்த அதிர்ச்சி என்று கேள்விப்பட்டுள்ளோம் அல்லவா? அதை அனைவருக்கும் ஏற்படுத்தியது பாபாவின் ஆசீர்வாதம். இது எப்படி சாத்தியம்? ஐம்பது குழந்தைகளை ஒரு பெண்ணால் பெற முடியுமா?

இந்த சந்தேகங்களுக்கெல்லாம் பாபாவே பதில் சொன்னார். 'வரும்போது இறைவனிடம் கேட்டேன். உன் மக்களுக்கு சந்தான பாக்கியம் இல்லையென்று சொல்லிவிட்டான். அதனால் கோபமடைந்த நான் அவனோடு விவாதித்தேன். பிறகு என் கோரிக்கையை ஏற்றுக்கொண்டான். அதனால் சிரித்தேன். ஆனால் இறைவனிடம் நான் எனக்காக எதையும் கேட்டதில்லை. உன் விதியை மாற்றவேண்டி அவனோடு விவாதிக்க வேண்டி வந்துவிட்டதே என்று அழுதேன். எனினும் என் வேண்டுகோளை ஏற்றுக்கொண்ட இறைவனுக்கு கைதட்டி சிரித்து என் மகிழ்ச்சியை வெளிப்படுத்தினேன்' என்றார்.

பின்னர் ஐம்பது குழந்தைகள் எப்படிப் பிறக்கும் என்ற ரகசியத்தையும் சொன்னார். 'ஒவ்வொரு தலைமுறைக்கும் இரண்டு குழந்தைகள் வீதம் 25 தலைமுறைகளுக்குப் பிறந்து கொண்டிருக்கும்' என்று புதிரை அவிழ்த்து மன்னர் குலத்தின் நெஞ்சில் பால் வார்த்தார் பாபா! மன்னர் ராகோஜிராவின் நான்காவது தலைமுறையினர் இப்போது வாழ்ந்து கொண்டுள்ளனர். அவர்களுக்கு இரண்டு மகன்கள் பிறந்துள்ளனர்!

மன்னர் இருந்த அரண்மனைப் பகுதியின் பெயர் சக்கர்தாரா. மன்னர் பாபாவைக் குடிவைத்த குட்டி அரண்மனையின் பெயர் லால் மஹல். லால் கோத்தி என்றும் அதற்கு இன்னொரு பெயருண்டு. அரண்மனைக்கு வந்துவிட்டதால் பாபா சந்தோஷப்பட்டுவிடவில்லை. மன்னர் ராகோஜி ராவ் ரொம்ப கேட்டுக்கொண்டதால் மட்டுமே அவர் வந்தார். ஆனாலும்

அரண்மனையிலும் அவர் எப்போதும் தரையில்தான் படுத்தார். கோடைகாலத்தின் கொளுத்தும் வெயிலில் வெளியில் சென்றாலும் காலுக்குச் செருப்புப் போட்டுக்கொள்ளாமல்தான் சென்றார். ஒரு சாதாரண ஃபக்கீராவே அவர் வாழ்ந்தார். அதிக நேரம் நாக்பூரின் காடுகளில் இருப்பதையே விரும்பினார்.

லால் மஹலில் இருந்து அதிகாலை எழுந்துவிடுவார் பாபா. பெரும்பாலும் பரவச நிலையில்தான் இருப்பார். உணர்வு திரும்பிய பிறகு லால் மஹலை விட்டு வெளியே வருவார். அப்படியே ஒரு நீண்ட நடைப்பயணம் போவார். பகல் இரண்டு மணியளவில் அல்லது மாலைதான் திரும்புவார்.

அவரைக் காண, உள்ளூர், வெளியூர், வெளிநாடுகளில் இருந்தெல்லாம் ஆண்களும் பெண்களும், குழந்தைகளும் அன்றாடம் பூ, பழம், இனிப்பு வகைகள் என எதையாவது எடுத்துக்கொண்டு பாபாவைப் பார்க்க திரண்டார்கள். மனிதர்கள் மட்டுமல்ல, மிருகங்கள்கூட வந்தன. அவை முன்னங் கால்களைத் தூக்கி பாபாவுக்கு மரியாதை செய்வதை மக்கள் கண்டு ஆச்சரியப்பட்டனர்.

பாபாவுக்கும் ராஜாவுக்கும் இடையிலான உறவு ஒரு காவிய உறவு என்றுதான் சொல்லவேண்டும். பாபா சாப்பிடவில்லை எனில் மன்னரும் சாப்பிடமாட்டார். மனிதர்களுக்கும் மிருகங்களுக்கும் குறைவின்றி உணவு வழங்க மன்னர் ஏற்பாடு செய்திருந்தார். தினமும் கிட்டத்தட்ட இரண்டாயிரம் பேருக்கு உணவு வழங்கப்பட்டது. லால் மஹலில் சிங்கம், புலி, யானை போன்ற காட்டு மிருங்களும் வசித்தன. மன்னரோடு சர்ஜூ என்று அழைக்கப்பட்ட ஒரு பெண் புலியும் கூட வரும்! அதைப்பார்த்து அனைவரும் ஆச்சரியப்பட்டுள்ளனர்.

பாபாவின் அற்புதங்கள் இங்கும் தொடர்ந்துகொண்டிருந்தன. அன்றாட அற்புதங்கள். ஒருமுறை சிங்கத்துக்கு உணவு வைத்த அப்துல் என்ற ஊழியர் மேல் திடீரென்று பாய்ந்து சிங்கம் அவர் கழுத்தைக் கவ்வியது. 'பாபா என்னைக் காப்பாற்றுங்கள்' என்று அவர் கத்தினார். அடுத்த வினாடி அந்த சிங்கம் அவரை விட்டுவிட்டு ஓடிவிட்டது.

லாஹ் மஹலில் இருந்த ஒரு புளிய மரத்தடியில் அமர்ந்திருப்பதையே பாபா விரும்பினார். பாபா உட்கார்ந்ததும்

அங்கிருக்கும் எறும்புகளும் பூச்சிகளும் விலகிச் சென்று பாபாவைச் சுற்றி வட்டமாக வரும் காட்சியைக் கண்டு மக்கள் வியந்துள்ளார்கள்.

எப்போதுமே ஒரேயொரு நீளமான வெள்ளை அங்கியை மட்டும் அணிந்திருக்கும் பாபாவைப் பார்க்க வரும் மக்கள் கூட்டம் ஒவ்வொரு நாளும் அதிகரிக்க ஆரம்பித்தது. நள்ளிரவுவரை அது நீளத்தொடங்கியது. பாபா நடைபயிலும் இடத்தைச் சுற்றி இருமருங்கிலும் கடைகள் முளைத்தன. ஒவ்வொரு நாளும் ஏதோ தீபாவளி, பொங்கல், நோன்புப் பெருநாள் போல ஆனது. பாபா சென்ற இடமெல்லாம் பாடகர்களும் இசைக் கலைஞர்களும் தங்கள் திறமைகளைக் காட்டத் தொடங்கினர். நூற்றுக்கணக்கான பக்தர்கள் தட்டில் எதையாவது வைத்து பாபாவுக்குக் கொடுக்க முயன்றனர். ஆனால் அவற்றில் ஏதாவது ஒரு தட்டிலிருந்து மட்டும் கொஞ்சம் எடுத்துகொள்வார். மற்றதெல்லாம் அங்கிருப்பவர்களுக்குப் பகிர்ந்தளிக்கப்படும். முக்கியமாக ஏழைகளுக்கும் அநாதைகளுக்கும்.

தாகம் தீர்த்தது

1914-ல் முதல் உலகப்போர் துவங்கியது. ஒரு நாள் திடீரென்று பாபா, ‘தண்ணீர் வேண்டும்’ என்று கத்தினார். தண்ணீர் கொடுக்கப்பட்டது. ஆனால் ‘இன்னும் வேண்டும் வேண்டும்’ என்று கேட்டு குடித்துக்கொண்டே இருந்தார். நூறு பானைகளுக்கு மேல் குடித்து முடித்தார்! ஒரு மனிதனால் சாத்தியமில்லாத அந்தக் காரியம் ஓர் அற்புதம் என்றால் பாபா ஏன் அப்படிச் செய்தார் என்ற கேள்விக்கான பதில் அதைவிட அற்புதமானது.

தான் ஏன் அத்தனை பானைத்தண்ணீரையும் குடித்தேன் என்று பாபாவே விளக்கம் சொன்னார். முதல் உலகப்போரில் ஜெர்மனிக்கு எதிராக போரிட்டுக்கொண்டிருந்த வீரர்களுக்கு தாகம் எடுத்ததாலும், அவர்கள் அத்தனை பேரில் தாகத்தையும் தீர்க்கும் அளவு அங்கே தண்ணீர் இல்லாததாலும், அவர்கள் தாகத்தைத் தீர்க்க பாபா இங்கே தண்ணீர் குடித்தார்! திரௌபதி கழுவி வைத்த பானையில் இருந்த ஒரே பருக்கை சோற்றை கிருஷ்ணர் உண்டதும், விருந்துக்கு வந்திருந்த முனிவர்கள் அனைவரின் வயிறும் நிரம்பியதல்லவா? அதுபோல.

கமண்டலத்தின் விலை என்ன?

பகதூர் பிரசாத் திவாரி என்ற பிரபலமான யூனானி மருத்துவர் ஒருவரின் சகோதரர் நாக்பூரின் துணை ஆணையராக நியமிக்கப் பட்டார். யூனானி மருத்துவர் பாபாவின்மீது மரியாதை கொண்டவர். பாபாவைப் பார்க்க தன் சகோதரரையும் அழைத்துச் சென்றார். தரிசனம் பெற்ற பிறகு துணை ஆணையர் வேலை நிமித்தமாக சாகர் என்ற ஊருக்குச் சென்றார். அங்கே மூன்று ஹிந்து சாதுக்களைப் பார்த்தார். அவர்களிடம் பேசிக்கொண்டிருந்தபோது பாபாவைப் பற்றிச் சொன்னார். ஆனால் ஒரு முஸ்லிம் சாதுவைப் பற்றித் தெரிந்துகொள்வதில் அவர்கள் ஆர்வம் காட்டவில்லை. அதை உணர்ந்த அவர், ஒருமுறை பாபா பலருக்கு ஸ்ரீராமராகவும் சங்கரராகவும்கூட காட்சி கொடுத்துள்ளார் என்றார். அப்போதும் பாபாமீது அந்த சாதுக்கள் எந்த ஆர்வமும் காட்டவில்லை.

அன்றிரவு துணை ஆணையரின் கனவில் பாபா தோன்றி, ‘வா நாம் ஒரு புனிதப் பயணம் போகலாம். அந்த மூன்று சாதுக்களையும் அழைத்துவா’ என்றார். நால்வரும் பாபாவோடு கனவில் காசி, ப்ரயாக், கயா போன்ற புனித ஸ்தலங்களுக்குச் செல்கின்றனர். பூரி ஜகந்நாதரை தரிசிக்கச் சென்ற வழியில் ஒரு சாது தனக்கொரு கமண்டலம் வேண்டுமென்று கேட்டார். துணை ஆணையர் ஒரு கடைக்குச் சென்று ஒன்பது ரூபாய் கொடுத்து ஒரு கமண்டலம் வாங்கிக் கொடுத்தார். பின் அனைவரும் நாக்பூர் திரும்பியதும் கனவு முடிந்தது.

இக்கனவைப் பற்றி அந்த சாதுக்களிடம் சொல்லலாம் என்று சென்று பார்த்தபோது அவர்கள் சாகரை விட்டுச் சென்றிருந்தனர். பின் சக்கர்தாரா அரண்மனையில் இருந்த பாபாவைப் பார்க்க துணை ஆணையர் சென்றார். அங்கே அந்த மூன்று சாதுக்களும் பாபாவைப் பார்க்கக் காத்திருந்தனர்! அதில் ஒருவரின் கையில் அவர் கனவில் கண்ட கமண்டலமும் இருந்தது!

‘ஸ்வாமி, இந்தக் கமண்டலம் எப்படி உங்கள் கையில்’ என்று தயக்கத்தோடு துணைஆணையர் கேட்டார்.

‘நீதானே நேற்று வாங்கிக்கொடுத்தாய்?’ என்று அந்த சாது பதில் சொன்னார்! அசந்துபோன அதிகாரி என்ன பதில் சொல்வது என்று தெரியாமல் குழம்பிய நிலையில் இருந்தபோது அங்கே

சிரித்துக்கொண்டே வந்த பாபா, 'இரண்டு ரூபாய்க்கு வாங்க வேண்டிய கமண்டலத்து ஏன் ஒன்பது ரூபாய் கொடுத்தீர்கள்?' என்று கேட்டார்!

வாழ்வில் எது கனவு, எது நிஜம்? தான் வண்ணத்துப்பூச்சியாக மாறிவிட்டதாக ஒரு ஜென் ஞானி கனவு கண்டு குழம்பி நின்றாராம். 'இதில் குழம்ப என்ன இருக்கிறது குருவே, இது கனவுதானே?' என்று சீடர்கள் கேட்டபோது, 'பிரச்னை கனவல்ல. எனக்கு வேறொரு சந்தேகம் வருகிறது. நான் வண்ணத்துப் பூச்சியாக மாறிவிட்டதாக கனவு கண்டேனா அல்லது ஒரு வண்ணத்துப்பூச்சி நானாகிவிட்டதாகக் கனவு காண்கிறதா? இதுதான் இப்போது என்னுடைய குழப்பம்' என்றாராம்!

●

8

வாக்கியில்

ஒருநாள் அரண்மனையிலிருந்து கிட்டத்தட்ட பதினாறிலிருந்து இருபத்தாறு கி.மீ. தூரத்திலிருந்த வாக்கி என்ற இடத்துக்கு அல்லது பகுதிக்கு பாபா வழக்கம்போல வெறுங்காலுடன் நடந்து சென்றார். அங்கே பாபாவுக்கு வேண்டிய சேவைகளை காசிநாத் பட்டேல் என்பவர்தான் எப்போதும் செய்தார். அவர் 32 கிராமங்களுக்கு ஜமீன்தார். சில ஆண்டுகளாக கடுமையான கால் மற்றும் மூட்டு வலியினால் அவதிப்பட்டுக் கொண்டிருந்தார். மருத்துவர் பௌனாஸ்கரின் ஆலோசனையின் படி நாக்பூர் மனநலக்காப்பகத்திலிருந்த பாபாவைப் பார்க்க அவர் சென்றார். பாபாவின் பார்வை பட்டவுடனேயே அவரது கால்வலி பறந்துபோனது. நன்றிக்கடனாக, பாபா வாக்கிக்குச் செல்லும்போதெல்லாம் பட்டேல்தான் பொறுப்பேற்றுக் கொள்வார்.

பாபாவின் வாழ்க்கை முறை மிகவும் வித்தியாசமானது. மழையில் பாபாவின் சட்டை நனைந்து போனால் அதை அவர் உடம்பின் சூட்டிலேயே காயவிடுவார். அதைக் கழற்றிக் காயவைத்ததில்லை. வாக்கியிலும் அவர் அற்புதங்கள் நிகழ்த்த ஆரம்பித்தார். இப்படிச் சொல்வதைவிட, அவர் சென்ற

இடங்களிலெல்லாம் அற்புதங்கள் நடந்தன என்றுதான் சொல்லவேண்டும்.

அங்கே ஒரு மாமரத்தைத் தேர்ந்தெடுத்து, 'இதுதான் என் மருத்துவமனை. உடம்பு முடியாதவர்கள் இதனடியில் உட்காரவும். அங்குள்ள மண்ணைக் கொஞ்சம் எடுத்து உண்ணவும்' என்று கூறினார். மக்களும் அப்படியே செய்தனர். அதனால் அவர்களது நோய்கள் தீர்ந்தன. அதேபோல வாக்கியில் இருந்த இன்னொரு இடத்தைத் தேர்ந்தெடுத்து, 'இது எனது பள்ளிவாசல்' என்று கூறினார். ஆன்மிகத்தில் நாட்டம் கொண்டவர்கள் அந்த 'பள்ளிவாசலில்' தங்கி தொழுது, தியானங்கள் செய்யுங்கள் என்று கூறினார். அந்த வாக்கி பள்ளிவாசலில் வருங்காலத்தில் பல புகழ்பெற்ற மகான்கள் ஆன்மிகப் பயிற்சிகளை மேற்கொண்டனர். அவர்களில் புகழ்பெற்ற மெஹர் பாபா மற்றும் ஷிர்டி சாய்பாபாவின் சீடரான உபாசினி மஹராஜ் போன்றவர்கள் குறிப்பிடத் தகுந்தவர்கள்.

அதேபோல ஒரு இடத்தை, 'இது எனது நீதிமன்றம்' என்றும், இன்னொரு இடத்தை 'இது நான் நடத்தும் பள்ளிக்கூடம்' என்றும் குறிப்பிட்டார்.

ஷேரு உயிர் பெற்றது

சக்கர்தாரா அரண்மனையான லால் மஹலிலும் வாக்கியிலும் அவர் செய்த அற்புதங்கள் எண்ணற்றவை. அவற்றில் தீர்க்க முடியாத வியாதி என்று சொல்லப்பட்ட சிலருடைய வியாதிகளைத் தீர்த்ததும், இறந்து போன சிலருக்கு உயிர் கொடுத்ததையும் வரலாறு பதிவு செய்து வைத்துள்ளது.

பாபாவிடம் ஒரு நாய் இருந்தது. அதற்கு 'ஷேரு' அல்லது 'ஷேர்' என்று பெயர். 'ஷேர்' என்றால் 'சிங்கம்' என்று பொருள். ஷேருக்கு எவ்வளவு அறிவு என்றால் அது பாபாவைப் பார்க்க ரயில்வே நிலையத்துக்கு வருபவர்களுக்கு வழிகாட்டியது. சரியாக ரயில் வரும் நேரத்துக்கு நிலையத்துக்குச் சென்றுவிடும். பாபாவைப் பார்க்க வருபவர்களை நேராக பாபா இருக்கும் இடத்துக்கு அழைத்து வந்துவிடும். ஆனால் நன்றியுடன் அவர்கள் கொடுக்கும் ரொட்டித்துண்டைக்கூடத் தீண்டிப் பார்க்காது! அப்போது பாபா வாக்கியில் உள்ளாரா அல்லது லால் மஹலில் உள்ளாரா அல்லது அருகில் உள்ள கானகத்தில்

உள்ளாரா என்று ஷேருவுக்குத் தெரியும். ஒரு நாய்க்கு அவ்வளவு அறிவா என்றால் ஆமாம். அப்படியும் சொல்லலாம். அது பாபாவின் அற்புதங்களின் விளைவாகச் செயல்பட்டுக் கொண்டிருந்தது என்றும் சொல்லலாம்.

ஒரு நாள் ஒருவர் பாபாவைப் பார்க்க வந்தார். ஆனால் ரயில் நிலையத்தில் ஷேரு இல்லை. கொஞ்ச நேரம் தேடிவிட்டு வேறு சிலருடன் சேர்ந்து பாபா இருக்கும் இடத்தை நோக்கிச் சென்றார். ஆனால், அங்கே பாபா இல்லை. கானகத்துக்குள் பாபா இருக்கிறார்களா என்று அவர்கள் தேடிச்சென்றபோது அந்த நாய் இறந்து கிடந்ததைக் கண்டனர்.

பின்னர் கொஞ்ச நேரத்தில் பாபாவைப் பார்த்தார்கள். பாபாவிடம் ஷேரு பற்றிய தகவலைச் சொன்னது, 'அப்படி இருக்காதே, எங்கே காட்டுங்கள்' என்று பாபா எழுந்தார். நாயின் இறந்த உடலைப் பார்த்ததும் அதை ஒரு வாளியில் போடச்சொல்லி தன் அங்கியால் மூடினார். பின்னர் அதை அவர்களைத் தூக்கி வரச் சொன்னார். அவர்கள் தூக்கி வரும்போதே நாய் வாளிக்குள்ளிருந்து துள்ளிக்குதித்து ஓடியது!

அவ்விதம் ஓடிய அந்நாய் கொஞ்சம் காலம் உயிரோடுதான் இருந்தது என்றும் மூன்று ஆண்டுகள் உயிருடன் இருந்தது என்றும் சொல்லப்படுகிறது. பின்னர் அது செத்துப்போனது. அப்போது பாபா தன் அங்கியால் அதை மூடி புதைக்கச் செய்தார். இன்றுகூட நாயைப் புதைத்த அந்த இடம் பாதுகாக்கப்பட்டு வருகிறது. 'ஷேரு பாபா தர்பார்' என்று அதற்குப் பெயரும் உண்டு. நாய்க்கடியால் பாதிக்கப்பட்டவர்களை பாபாவிடம் வேண்டிக்கொண்டு அங்கு கொண்டுவந்துவைக்கிறார்கள். அவர்களும் குணமடைகிறார்கள்.

கிரிஜாபாய் உயிர் பெற்றாள்

பல பெண்களுக்கு பாபா நன்மைகள் செய்திருக்கிறார். அவர்களது பிரச்னைகளைத் தீர்த்திருக்கிறார். ஆனால் எந்தப் பெண்ணையும் அவர் தொட்டதில்லை. சிறிது தூரத்திலிருந்தே அவர்களை ஆசீர்வதிப்பார். இது நபிகள் நாயகம் அவர்களுடைய வழிமுறையும் பண்புமாகும். ஆண்களின் கைகளைப் பிடித்து உறுதிமொழி வாங்கும் நபிகளார் பெண்களாக இருந்தால் திரைமறைவிலேயே சந்திப்பார்கள்; அதுவும் தொடாமல். பாபா

அவர்கள் அந்த வழிமுறையைப் பேணி இருப்பது குறிப்பிடத்தக்கது.

இவ்வளவுக்கும் பாபாவால் சேவை செய்யப்பட்ட பெண்களில் சமுதாயத்தால் இழிவாகப் பார்க்கப்பட்ட சில தேவதாசிகளும் இருந்தனர். கிரிஜா பாய் என்றொரு தேவதாசி இருந்தார். அவர் பஜனைப் பாடல்களைப் பாடும் பாடகி என்றும் சொல்லப்படுகிறது. கிரிஜா இனம்புரியாத நோயால் பாதிக்கப் பட்டிருந்தார். எந்த வகையான சிகிச்சையும் அவருக்குப் பலன் தரவில்லை. இறந்துவிட்டார். காசிநாத் பட்டேலின் ஆட்கள் அவ்விஷயத்தை பட்டேலுக்குச் சொன்னார்கள். இறப்புச் செய்தியை பாபாவுக்கு அறிவிக்க பட்டேல் ஒரு ஆளை பாபாவிடம் அனுப்பினார். அவரை எரிப்பதா புதைப்பதா என்ற கேள்விக்கான பதில் அவருக்குத் தேவைப்பட்டது. ஆனால் அதற்கு முன்னரே கிரிஜாவுக்காகக் கொஞ்சம் தேநீரை பாபா தன் ஊழியர் ஒருவர் மூலம் அனுப்பியிருந்தார். மனிதர்களுக்கு மத்தியில் ஜாதி, மதம், பால், தொழில், உயர்வு, தாழ்வு என்று எதையும் ஞானிகள் பார்ப்பதில்லை என்பதை இதிலிருந்தே புரிந்துகொள்ளலாம்.

இரண்டு ஊழியர்களும் வழியில் சந்தித்துக்கொண்டனர். இறந்துவிட்டவருக்குத் தேநீரா என்று பட்டேலின் ஊழியர் கேட்டார். ஆனால் பாபா அனுப்பியவர் பிடிவாதமாக இருந்தார். தேநீர் கொடுக்கச் சொல்லி பாபா சொல்லிவிட்டார். அப்படியானால் அந்தப் பெண் உயிரோடுதான் இருக்க வேண்டும். எனவே பட்டேலின் ஊழியர் சொன்னதை ஏற்றுக்கொள்ளாமல் பாபாவின் ஊழியர் தொடர்ந்தார். ஆனால் அவர் போய்ப் பார்த்தபோது கிரிஜா உண்மையிலேயே இறந்துதான் இருந்தார். இரண்டு மூன்று பெண்கள் கிரிஜாவின் உடலருகில் அழுதுகொண்டிருந்தனர்.

ஆனாலும் பாபா அனுப்பிய ஆள் கிரிஜாவின் உடலருகில் சென்று அவரைப் பெயர் சொல்லி அழைத்தார். பாபா அவருக்கு தேநீர் அனுப்பியிருப்பதாகச் சொல்லி கொஞ்சம் கொஞ்சமாக தேநீரைப் பிணத்தின் வாயிலும் ஊற்றினார். அடுத்த சில வினாடிகளில் கிரிஜாபாய் சட்டென்று எழுந்து உட்கார்ந்தார்! தாஜுத்தீன் பாபாவைப் பார்த்து, அவர் விரும்பியபடி பஜனைப் பாடலையும் பாடினார்!

இறந்து பல மணி நேரங்களான பின்னர் மீண்டும் கிரிஜா பாய் உயிர் பெற்ற செய்தி காட்டுத்தீபோல் பரவியது. நாயின் உயிர்ப்பு கொடுக்காத சிலிர்ப்பை ஒரு தாயின் உயிர்ப்பு கொடுத்தது. கிரிஜாபாய் அதன் பின்னர் நீண்டகாலம் வாழ்ந்து பாபாவுக்குச் சேவைகள் செய்துகொண்டிருந்தார்.

இந்த நேரத்தில் ஹஸ்ரத் மாமா என்று நாங்கள் அழைத்த எங்கள் ஞானாசிரியரிடம் நான் கேட்ட ஒரு கேள்வியும் அதற்கு அவர்கள் சொன்ன பதிலும் நினைவுக்கு வருகிறது. எங்கள் ஞானாசிரியரிடம் ஒரு நாள் ஒரு மீனவப் பெண்ணும், ஊரில் பிரபலமாக இருந்த 'அந்த மாதிரியான' ஒரு பெண்ணும் வந்திருந்தனர். அவர்களுக்கும் ஏதோ பயிற்சிகளை ஹஸ்ரத் மாமா கொடுத்தார்கள்.

அப்பெண்கள் சென்றபின், 'அவர்களுக்கும் கொடுக்கிறீர்களே, அவர்களுக்கும் நடக்குமா?' என்று நான் கேட்டேன். 'உங்களை விட விரைவாக நடக்கும் என்றார்கள்'. 'ஏன்?' என்று கேட்டேன். 'நீங்களெல்லாம் மூன்று வேளையும் மூக்குப்பிடிக்கத் தின்றுவிட்டுத் தூங்குகிறீர்கள். ஆனால் அவர்கள் ஒவ்வொரு நாளும் அவமானத்தில் உழன்று கொண்டிருக்கிறார்கள். அதிலிருந்து மேலே போகவேண்டும் என்ற பற்றி எரியும் ஆசை அவர்களுக்குத்தான் உங்களைவிட பல மடங்கு அதிகமாக இருக்கும். அதனால் அவர்களுக்குத்தான் சீக்கிரம் நடக்கும்' என்று சொன்னார்கள்! எவ்வளவு உண்மை!

மண்ணுக்குக்கீழே குழந்தை

அமராவதி என்ற பகுதியிலிருந்து பாபாவைக் காண வாக்கிக்கு இரண்டு பெண்கள் வந்தனர். அவர்கள் இருவருக்கும் ரொம்ப காலமாக குழந்தை பாக்கியம் இல்லை. பாபாவின் அருளை நாடி அவர்கள் வந்தனர். அவர்கள் வந்த நேரம் பாபா கன்ஹான் என்ற நதிக்கரைப் பக்கம் போயிருந்தார். அவரைத் தேடி அவர்களும் நதிக்கரைக்குச் சென்றனர். ஏறத்தாழ 12 ஆண்டுகளுக்கும் மேலாக அவர்களுக்குக் குழந்தை இல்லாமல் இருந்தது. பிரச்னையை பாபாவிடம் சொன்னவுடன் பாபா தன் மேலங்கியின் ஜேபியிலிருந்து இரண்டு லட்டுக்களை எடுத்துக் கொடுத்து, 'ஆளுக்கு ஒன்றாக சாப்பிடுங்கள். இன்ஷா அல்லாஹ், உங்களுக்குக் குழந்தை உண்டாகும்' என்று கூறி ஆசீர்வதித்தார்.

சாந்தாபாய் என்ற பெண் மிகுந்த நம்பிக்கையோடு அந்த லட்டை சாப்பிட்டாள். ஆனால் கூட வந்த சுபத்ராபாய் என்ற பெண்ணுக்கு நம்பிக்கை வரவில்லை. அவள் யாருக்கும் தெரியாமல் அந்த லட்டை ஆற்று மணலின் கீழ் புதைத்து விட்டாள்.

மிகச் சரியாக ஓராண்டில் சாந்தாபாய் ஓர் ஆண் குழந்தையைப் பெற்றெடுத்தாள். பாபாவுக்கு நன்றி சொல்லும் பொருட்டு அவள் மீண்டும் பாபாவைப் பார்க்க வந்தாள். அப்போது அவளோடு சுபத்ராவும் வந்தாள். சாந்தா தன் குழந்தையை பாபாவின் காலடியில் போட்டு ஆசீர்வதிக்க வேண்டும் என்று கேட்டுக்கொண்டாள். பாபாவும் சந்தோஷமாக ஆசீர்வதித்தார்.

அப்போது அக்காட்சியைப் பொறுக்க முடியாமல் சுபத்ரா, 'பாபா, நாங்கள் இருவரும் ஒன்றாகத்தானே வந்தோம்? அவளுக்கு மட்டும் குழந்தை பாக்கியம். எனக்கு அந்த பாக்கியம் கிடையாதா? என் குழந்தை எங்கே பாபா?' என்று கேட்டாள்.

பாபா சிரித்துக்கொண்டே, 'உன் குழந்தை ஆற்று மணலில் புதைக்கப்பட்டுக் கிடக்கிறது. வேண்டுமானால் போய்ப் பார்த்துக்கொள்' என்றார்! மகான்களுக்கு மறைவானது எதுவும் இல்லை என்பதை உணர்ந்துகொண்ட சுபத்ரா, 'என்னை மன்னியுங்கள்' என்று பாபாவிடம் மன்றாடினாள். கருணையின் வடிவான பாபா மீண்டும் அவளுக்கு வேறொரு லட்டை உண்ணக் கொடுத்து அவளை ஆசீர்வதித்தார். அடுத்த ஆண்டு அவளுக்கும் குழந்தை பிறந்தது.

தூக்கு இல்லை

அப்துல் ஹசன் என்று ஒரு பழ வியாபாரி இருந்தார். அவர் ஒருநாள் ஏழைகளுக்கெல்லாம் உணவு கொடுக்க வேண்டும் என்று விரும்பி பாபா இருந்த வாக்கிக்கு வந்தார். அடுப்பெல்லாம் பற்ற வைத்து உணவு சமைக்கப்பட்டபோது திடீரென்று பெய்த மழையில் அடுப்பு அணைந்து போனது. விறகுகளெல்லாம்கூட நீரில் மிதந்தன. அப்துல் ஹசனுக்கு என்ன செய்வதென்று தெரியவில்லை.

அந்த நேரத்தில் கையிலும் காலிலும் சங்கிலி போடப்பட்ட ஒரு கொலைக்குற்றவாளியை இரண்டு காவல்துறையினர் அழைத்து வந்தனர். குற்றவாளி பாபாவிடம் வந்து, 'பாபா, இவர்கள்

என்னைத் தூக்கில் போட இருக்கிறார்கள். எனது கடைசி ஆசையாக உங்களைப் பார்க்க வேண்டும் என்று சொன்னதால் என்னை இங்கே அழைத்து வந்துள்ளார்கள். நான் விடுதலை செய்யப்படவேண்டும் என்று என்னை ஆசீர்வதியுங்கள் பாபா' என்று வேண்டினான்.

கொஞ்சம் நேரம் அவன் முகத்தையே அமைதியாக பாபா பார்த்துக்கொண்டிருந்தார். பின்னர் அங்கு நின்றுகொண்டிருந்த பழ வியாபாரி அப்துல் ஹசனின் தந்தையை நோக்கி, 'சமையல் கட்டுக்கு அழைத்துச் சென்று இவருக்கு சாப்பாடு கொடுங்கள்' என்று உத்தரவிட்டார். அவர் சொன்ன அந்தத் தொனியில் மழை பெய்ததையோ, எல்லாம் நனைந்துவிட்டதையோ, அடுப்பு அணைந்துபோனதையோ, எதுவும் சமைக்கப்படவில்லை என்பதையோ அவர்களால் பாபாவிடம் சொல்ல முடியவில்லை.

பாபா சொன்னபடி அந்தக் கைதியை சமையலறைக்கு அழைத்துச் சென்றனர். பானையைத் திறந்து பார்த்தால் எல்லாம் அருமையாக சமைக்கப்பட்டுத் தயாராக இருந்தது! அது பாபா நிகழ்த்திய அற்புதம் என்பதைப் புரிந்துகொண்ட அவர்கள் அந்த கைதிக்கு மூக்குமுட்ட உணவு கொடுத்தனர்.

பின்பு, உனக்கு ஏன் இந்த நிலை என்று பாபா அந்தக் கைதியைக் கேட்டபோது, தன் மகளோடு தன் வேலைக்காரர்களில் ஒருவன் கூடா உறவில் ஈடுபட்டிருந்ததைப் பார்த்ததால், அவனை ஆத்திரத்தில் கொன்றுவிட்டதாக அந்தக் கைதி கூறினான். 'மேல் முறையீடு செய், உனக்கு விடுதலை கிடைக்கும்' என்று பாபா சொன்னார். அவனும் அப்படியே செய்ய அவனுக்கு விடுதலையும் கிடைத்தது.

இனிக்கும் வேப்ப இலை

வாக்கியில் ஒரு வேப்ப மரம் இருந்தது. அதனடியிலேயே பாபா எப்போதும் அமர்வார். ஒருமுறை பாபா அந்த வேப்ப மரத்தடியில் அமர்ந்திருந்தபோது பல வியாதிகளால் பீடிக்கப் பட்ட ஒருவன் அங்கு வந்து பாபாவிடம் முறையிட்டான். உடனே பாபா, அம்மரத்தின் இலைகளில் கொஞ்சம் பறித்துக் கொடுத்து, 'இதைத் தின்னு' என்றார்.

வேப்ப இலை கசக்குமே, எப்படி அதைத் தின்னுவது என்று அவன் யோசித்துக் கொண்டிருந்தான். அவன் மனதில்

உள்ளதைத் தெளிவாகப் படித்த பாபா, 'நீ நினைப்பது தவறு. இந்த மரத்தின் இலைகள் இனிப்புத்தன்மை உடையதாக எனக்குத் தெரிகிறது. சுவைத்துப்பார்' என்று சொன்னார்.

அவனும் பாபா சொன்னதனால் அந்த இலைகளை வாயில் போட்டு மென்றான். என்ன ஆச்சரியம், இலைகள் இனித்தன! செய்தி கேள்விப்பட்ட மக்கள் உடனே கூட்டமாக அம்மரத்தை 'தரிசிக்க' வரத்தொடங்கினர். இன்றும்கூட அம்மரம் அங்கேயே உள்ளது. அதன் ஒரு பகுதி இலைகள் கசப்பாகவும், இன்னொரு பகுதி இலைகள் இனிப்பாகவும் உள்ளன. அந்த மரத்தின் ஒளிப்படம்கூட ரமா அவர்களின் நூலில் கொடுக்கப்பட்டுள்ளது.

ஆரஞ்சு அழுகவில்லை

அபுல் ஹசன் என்பவர் ஓர் ஆரஞ்சு வியாபாரி. நாக்பூரின் சிறப்புக்களில் ஆரஞ்சுப்பழமும் ஒன்று என்பதை ஏற்கனவே குறிப்பிட்டோம். அவர் பாபாவின் தீவிர பக்தரும்கூட. அபுல் ஹசன் ஒருமுறை பழங்களை விற்றுவர டெல்லிக்குச் சென்றார். அவரது சகோதரரர் அப்துல் சுப்ஹானின் வேண்டுகோள் அல்லது கட்டளை அது. ஆனால் அங்கே அவரது கூடை ஆரஞ்சுகளை டெல்லியில் இருந்த மொத்த வியாபாரிகள் மிகவும் குறைந்த விலைக்குக் கேட்டனர். அபுல் ஹசனோ இரண்டு ரூபாய் 25 காசுக்குக் குறைவாகக் கொடுக்க முடியாது என்று கூறிவிட்டார்! அடடா, அந்தக் காலத்தில் நாம் வாழாமல் போய்விட்டோமே என்று தோன்றுகிறதா! என்ன செய்வது! இப்படியெல்லாம்கூட ஒரு காலம் இந்தியாவில் இருந்தது என்பதை நினைத்து பெருமைப்பட்டு ஏக்கப் பெருமூச்சை விடவேண்டியதான்!

ஆனால் அபுல் ஹசன் சொன்ன விலைக்கு வாங்க வியாபாரிகள் தயாராக இல்லை. அதனால் பழங்கள் விற்கப்படாமல் மூன்று நாட்கள் இருந்ததால் அழுக ஆரம்பித்தன. அபுல் ஹசனுக்கு அழுகையே வந்துவிட்டது. இனி இலவசமாகக் கொடுத்தால் கூட யாரும் வாங்கமாட்டார்கள் என்ற நிலை உண்டாகிவிட்டது. மறுநாள் காலை அபுல் ஹசனை வந்து பார்த்த அவரது ஏஜெண்ட், எல்லாப் பழங்களும் விற்றுவிட்டன, ஒரு கூடை இரண்டு ரூபாய்க்கு விற்றேன் என்று சொல்லி காசையும் அபுல் ஹசனிடம் கொடுத்தார். அபுல் ஹசனால் நம்பவே முடியவில்லை. பின்னர்தான் அதெல்லாம் பாபாவின் மகிமை என்பது புரிந்தது அவருக்கு!

இதுதான் என் முத்திரை

ஒருமுறை தன் பதினெட்டு லட்ச ரூபாய் பெறுமானமான சொத்தின் மீதான வழக்கில் தனக்கு வெற்றி கிடைப்பதற்காக ஒரு நவாப் பாபாவைப் பார்க்க வந்தார். அப்போது பாபா வெளியே போய்க்கொண்டிருந்தார். நவாபும் பாபாவோடு சென்றார். வழியில் தலித் ஒருவர் தன் தலையில் வைக்கப்பட்ட துணியிலிருந்து சில சப்பாத்திகளை எடுத்து சாப்பிட ஆரம்பித்தார். பாபாவைப் பார்த்ததும் மரியாதை நிமித்தமாக அவரை நோக்கி அந்த தலித் வந்தார். பாபா தன் வண்டியிலிருந்து கீழே இறங்கி, அந்த தலித்திடமிருந்த சப்பாத்திகளில் ஒன்றை வாங்கி, அருகிலிருந்து புளிய மரத்தின் கீழ் அமர்ந்து, சாப்பிட ஆரம்பித்தார். அந்த சப்பாத்தியில் ஒரு துண்டை அந்த நவாபுக்குக் கொடுத்தார். 'அதிகமாகச் சாப்பிட்டால் வயிற்றால் போகும்' என்றும் சொன்னார்.

பின்பு ஒரு பீடி கேட்டார். நவாபும் கொடுத்தார். அதே நேரம் தன் சொத்து ஆவணங்களையும் பாபாவின் ஆசீர்வாதத்துக்காகக் கொடுத்தார். அப்போது தன் பீடியால் அந்த ஆவணத்தில் ஓரிடத்தில் வைத்து சுட்ட பாபா, 'இதுதான் நம் முத்திரை' என்றார். பாபா சப்பாத்தியை எப்படிப் பிரித்தாரோ அதேபோல தன் சொத்துக்களும் சட்டத்தால் பிரிக்கப்பட்டு நவாபுக்கு அவர் பகுதி மட்டும் வந்து சேர்ந்தது. 'எது உனதில்லையோ அதற்கு ஆசைப்படாதே' என்ற பாபாவின் எச்சரிக்கை அப்போதுதான் நவாபுக்குப் புரிந்தது. 'அதிகமாகச் சாப்பிட்டால் வயிற்றால் போகும்' என்று பாபா சொன்னதன் அர்த்தமும் அப்போதுதான் நவாபுக்குப் புரிந்தது.

கணத்தில் காந்தஹார்

வாக்கியிலிருந்து இரண்டரை கி.மீ தூரத்திலிருந்த ஒரு சிறிய மலைக்குன்றில் தாஜுத்தீன் பாபா தனிமையில் இருப்பது வழக்கம். இவ்விதமான தனிமை பொதுவாக 40 நாட்களுக்கு இருக்கும். அது ஸூஃபி வழக்கில் 'ச்சில்லா' எனப்படும். அன்று பாபாவைக் காண சில வணிகர்கள் வந்திருந்தனர். உரையாடலின்போது தாங்கள் ஆப்கனிஸ்தான் செல்ல விரும்புவதாகவும், அங்கு தங்கள் உறவினர்கள் இருப்பதாகவும் கூறினர். வெகு தொலைவு செல்லவேண்டி இருப்பதால் பாபாவின் ஆசி தங்களுக்கு வேண்டும் என்றும் வேண்டினர்.

மன்னர் கொடுத்திருந்த தனக்கான குதிரை வண்டியில் ஏறிய பாபா, ஹீராலாலிடம், 'வண்டியை காந்தஹாருக்கு ஓட்டு' என்றார். அடுத்த வினாடி வண்டி ஆப்கனிஸ்தானில் இருந்த காந்தஹார் நகரில் இருந்தது வண்டி. அங்கேயிருந்த ஒரு வீடு அல்லது அறையிலிருந்து மூன்று பேர் வெளியில் வந்தனர். வந்தவர்கள் பாபாவின் பாதங்களை முத்தமிட்டனர். பாபா அவர்களோடு கொஞ்ச நேரம் பேசிக்கொண்டிருந்தார். ஆனால் எந்த மொழியில் பேசினார் என்று புரிந்துகொள்ள முடியவில்லை.

பின்னர், 'வண்டியை ஓட்டு' என்று பாபா சொன்னதும், அடுத்த கணம் வண்டி மீண்டும் வாக்கியை அடுத்த மலைக்குன்றுக்கு வண்டி வந்துவிட்டது! காலச்சக்கரத்தை இஷ்டத்துக்கு சுழலவைத்த அந்த நாளிலிருந்து அந்த இடத்துக்கு காந்தஹார் என்றே பெயர் நிலைத்துவிட்டது!

பிரச்னை

1920-லிருந்து 1925 வரை பாபா புகழின் உச்சியில் இருந்தார். ஆனால் அந்த ஆண்டுகளில் மெள்ள மெள்ளத் தேவையில்லாத பிரச்னையும் தொடங்கியது. ஒரு முஸ்லிம் ஞானி ஒரு ஹிந்துவான மகாராஜாவின் பாதுகாப்பில், அவரது ஆதரவில், அவரது அரண்மனையில் இருப்பதா என்று சிலர் கேள்வி எழுப்பினர். அரண்மனையில் புரண்டுகொண்டிருந்த செல்வம் அவர்களை பொறாமையின் உச்சிக்குக் கொண்டு சென்றிருந்தது. பாபாவின் புகழை வைத்து தாங்கள் சம்பாதிக்க வேண்டுமென்று நினைத்தனர். அதற்காக பாபாவின் உறவினர்களான அப்துர் ரஹ்மான் ஷாஹ், ஜப்பார் போன்றோரை பகடைக்காய்களாகப் பயன்படுத்திக்கொண்டனர். மகாராஜா ராகோஜிராவை எதிர்த்து வழக்கும் போடப்பட்டது. ஒரு விசாரணைக் கமிட்டிகூட நியமிக்கப்பட்டது.

அவ்விஷயங்களினால் பாபாவின் மனம் புண்பட்டது. கொஞ்ச காலம் அவர் அரண்மனையை விட்டு ஒதுங்கி, பொதுப் பாதையில் ஒரு கூடாரம் அடித்து அதில் தங்கிக்கொண்டிருந்தார். மகாராஜா மனமுடைந்து போனாலும் பாபாவுக்குச் செய்ய வேண்டிய மரியாதையில் எந்தக் குறையும் அவர் வைக்கவில்லை.

மறைவு

*1924*ம் ஆண்டு ஒருநாள் பாபா நாக்பூரின் திகோரி சாலையில் இருந்த ஒரு சின்ன பாலத்தில் போய் உட்கார்ந்து கொண்டார். அவரது பிரதான சீடரான கரீம்பாபா என்பவர் அப்போது பாபாவுடன் இருந்தார். கொஞ்ச நேரம் கண்களை மூடிக் கொண்டிருந்த பாபா, 'ரமலான் பிறை தெரிகிறது' என்று சொன்னார். அவர் அப்படிச் சொன்னது கரீம் பாபாவுக்கு ஆச்சரியமாக இருந்தது. ஏனெனில் ரமலான் முடிந்து விட்டிருந்தது. அடுத்து ஹஜ்ஜு பெருநாள்தான் வர இருந்தது. அதற்கான பக்ரீத் பிறை வேண்டுமானால் தெரியலாம். ஆனால் ரமலான் பிறை எப்படித் தெரியும் என்று அவர் குழம்பினார். ஆனால் தான் இறைவனோடு இணையப் போகிறேன், இந்த உலகை விட்டு தன் உடல் மறையப்போகிறது என்பதைத்தான் தாஜுத்தீன் பாபா அப்படி சூசகமாகக் கூறியுள்ளார் என்று பிறகுதான் அவருக்குப் புரிந்தது.

பாபா உடல் நலமில்லாமலிருந்தபோது கலந்து கொண்ட கடைசி ஊர்வலம் பெருமானார் பேரன் ஹுசைன் அவர்கள் அநியாயமாகக் கொல்லப்பட்ட கர்பலா நிகழ்வு ஊர்வலம்தான். அப்போது அவர் வழக்கம்போல பச்சை நிறத்தில் ஓர் அங்கியை அணிந்திருந்தார் என்று குறிப்பிட்டுள்ளேன்.

ஜுலை *1924*-ல் பாபாவின் உடல் நிலை மோசமானது. அந்தக் காலத்தில் புகழ்பெற்ற மருத்துவர்களாக இருந்த ஜாஃபர் ஹுசைன், தரம்வீர் முஞ்சே போன்றவர்கள் என்னென்னவோ வைத்தியமெல்லாம் செய்தும் பத்து நாட்களுக்கு எந்த முன்னேற்றமும் இல்லை. ரொம்பவும் பலவீனமாகிப் போனார். வழக்கம்போல பாபாவால் வெளியே செல்லவும் முடிய வில்லை. அவரது நிலையைக் கண்டு மனமுடைந்த மகாராஜா ராகோஜி ராவ் அடிக்கடி வந்து பாபாவைப் பார்த்துக் கொண்டிருந்தார். பாபா இந்த உலகை விட்டுப் போகப் போகிறார் என்பதை அவரால் உணர முடிந்தது. ஆனாலும் பாபாவின் முகத்தில் அமைதியும் சாந்தமும் தவழ்ந்து கொண்டிருந்தன.

'பாபா, உங்களைப் பார்க்க நிறைய பேர் வந்திருக்கிறார்கள். அவர்களை அனுமதிக்கவா?' என்று மன்னர் அனுமதி கேட்டார்.

‘சரி, வரச் சொல்லுங்கள்’ என்று அந்த நிலையிலும் பாபா சொன்னார்.

1925-ம் ஆண்டு ஆகஸ்ட் 17-ம் தேதி திங்கட்கிழமை மாலை பாபா இவ்வுலக வாழ்வை முடித்துக்கொண்டார். மகாராஜா போன்ஸ்லேயின் அரண்மனைக்குள்ளிருந்த லால்மஹல் கட்டிடத்தில்தான் பாபாவின் உயிர் பிரிந்தது. அவ்வரண்மனையில் அருகிலிருந்த வனத்தில் ஆயிரக்கணக்கான பறவைகள் வந்தமர்ந்து ஒலியெழுப்பிக்கொண்டிருக்கும். ஆனால் பாபா இறந்த அன்று எல்லாப் பறவைகளும் வழக்கத்துக்கு மாறாக எந்த ஒலியும் எழுப்பாமல் மௌனம் அனுஷ்டித்தன. ஒரு மகானின் மறைவுக்கு இந்தப் பிரபஞ்சமே துக்கம் அனுஷ்டித்தது. உயிர் பிரியுமுன், தன் கைகளை ஆகாயத்தை நோக்கி உயர்த்திய பாபா, எல்லா மக்களுக்காகவும் பிரார்த்தனை புரிந்த வண்ணம் இந்த உலகை விட்டுச் சென்றார்.

பிரிவும் பிரச்னையும்

தான் இறந்த இரவு மன்னருக்குக் காட்சி தந்த பாபா, ‘சகோதரா, கவலைப்படாதே. இன்னும் ஒரு லட்சம் ஆண்டுகள் என்னுடைய ஆன்மா சக்கர்தாராவில் நிலைபெற்றிருக்கும்’ என்று கூறி மறைந்தார்.

பாபா இறந்த பிறகு அவரது உடலை யார் எடுத்துச் செல்வது, எங்கே அடக்கம் செய்வது போன்ற பிரச்னைகள் தலைதூக்கின. அது இந்து முஸ்லிம் பிரச்னையாக உருவெடுத்தது. தன் அரண்மனைக்கு அருகிலேயே பாபாவின் அடக்கஸ்தலம் இருக்கவேண்டும் என்று மகாராஜா விரும்பினார். ஆனால் அப்படிச் செய்யமுடியாது என்றும் அவருக்குத் தெரிந்திருந்தது.

ஏற்கனவே ஓரிடத்தில் பாபா அமர்ந்து, அங்கிருந்த மண்ணை எடுத்துப் பார்த்து, ‘இந்த மண் நல்ல மண். இங்கே ஒரு குடிசை கட்டினால் போதும்’ என்று சொல்லியிருந்தார். எனவே முஸ்லிம்கள் அனைவரின் விருப்பப்படி பாபாவின் உடல் ராஜமரியாதையோடு அனுப்பி வைக்கப்பட்டது. பாபாவின் புனித உடலின் பின்னால் கிட்டத்த ஐம்பதாயிரத்துக்கு மேற்பட்டோர் சென்றார்கள்.

யானைகள், குதிரைகள், படைவீரர்கள், பஜனை செய்பவர்கள் சகிதம் பாபாவின் புனித உடல் அலங்காரம் செய்யப்பட்டு

புறப்படத்தயாரானது. மகாராஜா போன்ஸ்லே கனத்த மனத்துடன் ஒரு பட்டுத்துணியை பாபாவின் புனித உடல்மீது விரித்து அவருக்கு வீரவணக்கம் செலுத்தினார்.

லால் மஹலின் நுழைவு வாயிலை அனைவரும் அடைந்தனர். அங்கு ஓர் அற்புதம் நிகந்தது. பாபாவின் உடல் வைக்கப் பட்டிருந்த பல்லக்கை அதற்குமேல் ஒரு அடிகூட நகர்த்த முடியவில்லை. வழக்கமாக நாலைந்து பேர் சேர்ந்து தூக்கிக்கொண்டு போகமுடிகிற பல்லக்குதான் அது. ஆனால் இப்போது நூறு பேர் சேர்ந்து முயன்றபோதும் அதை நகர்த்தவே முடியவில்லை!

போன்ஸ்லேயின் அரண்மனையை விட்டு வெளியே போக பாபா விரும்பவில்லை என்பதற்கான குறிப்பாக அது இருந்தது. ஆனால் அப்படிச் செய்ய முடியாது. லால்மஹலிலேயே பாபாவை அடக்கம் செய்ய முயன்றால் அது இன்னும் பெரிய பிரச்னையாகிவிடும். ஏற்கனவே சுயநலம் பிடித்த பலர் பிரச்னை ஏற்படுத்திக்கொண்டுதான் இருந்தனர். எனவே மகாராஜா ராகோஜி ராவ் போன்ஸ்லே ஒரு முடிவுக்கு வந்தார். அது அவருக்கு அந்த நேரத்தில் சட்டென்று எழுந்த உதிப்பு. பிரச்னைக்கான சுமூகமான தீர்வு அது. 'பின் வாசல் வழியாகக் கொண்டு போங்கள்' என்று யோசனை தெரிவித்தார். அப்படியே செய்ய, பிரச்னை ஏதும் ஏற்படவில்லை. பல்லக்கு மிதப்பதைப் போல சுலபமாக வெளியே சென்றது.

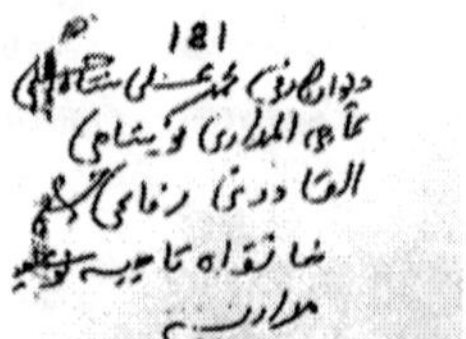

தாஜுத்தீன் பாபாவின் கையெழுத்தில் ஒரு குறிப்பு

பாபாவின் உடல் பாபாவால் ஏற்கனவே குறிப்பு காட்டப்பட்டிருந்த பகுதியில் அடக்கம் செய்யப்பட்டது. அது 'படா தாஜ் பாக்' (பெரிய தாஜ் தோட்டம்) என்று அழைக்கப்படுகிறது. அதுதான் அவரது தர்காவாகும். அந்த இடம் நாக்பூரின் கிழக்குப் பகுதியில் உம்ரீத் சாலையில் உள்ளது. அதற்கு அருகில் திகோரி என்ற கிராமம் உள்ளது. அக்கிராமத்தைச் சுற்றி இருந்த காட்டுப்பகுதிகளில் பாபா பலமுறை சுற்றி, தங்கி தியானங்களை மேற் கொண்டுள்ளார்.

ஒருநாள் தன் தேரோட்டியான ஹீராலாலை அழைத்து உம்ரீத் செல்லும் சாலை வழியாக வண்டியை ஓட்டச் சொன்னார். அங்கே ஓரிடத்தில் தேரை நிறுத்தி, அங்கே இறங்கி, ஓரிடத்தில் அமர்ந்த பாபா, 'இவ்விடம் உள்ள பூமியின் தாஜுத்தீனின் மணம் கமழ்கிறது' என்று கூறினார். அங்கு நீளமான ஒரு குச்சியை நட்டு வைத்து, 'இங்கு தாஜுத்தீனின் கொடி பறந்து கொண்டிருக்கும்' என்றும் கூறினார். அந்த இடத்தில்தான் இன்று அவருடைய தர்காவும் அருகில் மிகப்பெரிய பள்ளிவாசலும் அமைந்துள்ளது.

இறந்தவர்களுக்காக அடக்கம் செய்வதற்கு முன் அவருக்காக ஒரு தொழுகையை நிறைவேற்றுவார்கள். அதற்கு 'ஜனாஸா தொழுகை' என்று பெயர். அதை ஒரு இமாம், தலைவர், முன்னின்று நிறைவேற்றித்தருவார். அப்படி அவர் செய்தபோது தான் அடக்கப்படவிருந்த மண்ணறைக்கு அருகில் பாபா நின்று பார்த்துக்கொண்டிருந்த காட்சி அந்த இமாமுக்குத் தெரிந்தது!

அது வியாழன் மாலை. ஆகஸ்ட் 18ம் தேதி வியாழன் மாலை பாபாவின் உடல் அடக்கம் செய்யப்பட்டது. இரண்டு பேர் பாபாவின் உடலை மண்ணறைக்குள் இறக்கி அடக்கம் செய்தார்கள். அவர்களது பெயர்கள் மௌலவி நஜ்முத்தீன் மற்றும் ஹகீம் சையத் ஜாஃபர் ஹுசைன் என்று சொல்லப் படுகிறது.

அந்த நேரத்தில்கூட பாபா ஓர் அற்புதம் நிகழ்த்தினார். பாபாவின் உடலை மண்ணறையில் இறக்கிக்கொண்டிருந்தபோது, 'நீங்கள் எப்போதும் என்னோடு இருப்பேன் என்று சொன்னீர்களே' என்று ஹகீம் சையத் ஜாஃபர் ஹுசைன் புலம்பினார். சட்டென்று கண் திறந்த பாபா, 'மக்கள் ரொம்ப தொல்லை கொடுக்க ஆரம்பித்துவிட்டார்கள். அதனால்தான் போகவேண்டியதாகி விட்டது. மற்றபடி நான் உன்னோடு எப்போதும் இருப்பேன்' என்று சொல்லிவிட்டு மீண்டும் கண்களை மூடிக்கொண்டார்!

பாபா அடக்கம் செய்யப்பட்ட 'படாதாஜ்பாக்' அறக்கட்டளையின் நிர்வாக இயக்குனர்கள் அரசாங்கத்தால் நியமிக்கப்பட்டவர்கள். அதுமட்டுமல்ல. அதன் உறுப்பினர்களில் முஸ்லிம்கள் மட்டுமின்றி எல்லா மதத்தினரும் நியமிக்கப்பட்டுள்ளனர். தர்காவும் பள்ளிவாசலும் கட்டுவதற்காக 83 ஏக்கர் நிலத்தைக் காணிக்கையாக மன்னர் ராகோஜிராவ் போன்ஸ்லே கொடுத்ததை ஏற்கெனவே சொன்னோம்.

பாபாவின் உடல் அடக்கம் செய்யப்பட்ட 'படா தாஜ் பாக்'

காவிய அன்பு

தான் இறப்பதற்குப் பல மாதங்களுக்கு முன்பே தனது முடிவைப் பற்றி பாபா மன்னர் ராகோஜி ராவ் போன்ஸ்லேயிடம் சொல்லி விட்டார். ஆனால் அன்பின் காரணமாக மன்னர் பாபாவோடு விவாதம் செய்தார். 'நீங்கள் என்னை உங்கள் அண்ணன் என்று சொன்னீர்கள். அண்ணன் இருக்க தம்பி எப்படி போகலாம்? அப்படியானால் என்னையும் அழைத்துச் செல்லுங்கள்' என்று மன்னர் சொன்னார்.

சிரித்துக்கொண்டே பாபா, 'என் மூத்த சகோதரரே, நீ ஆற்ற வேண்டிய கடமைகள் உள்ளன. இன்னும் 27 ஆண்டுகளுக்குப் பிறகே நீ என்னை வந்து சேர்வாய். ஒருநாள் நாம் நம்மை அனுப்பிய இறைவனிடம் திரும்பிச் செல்லத்தான் வேண்டும். ஒருநாள் இந்த உடல் அழியவேண்டியுள்ளது. உனக்கு என் உடல் வேண்டுமா, ஆன்மா வேண்டுமா 'என்று கேட்டார்.

'ஐயனே, உடல் அழியக்கூடியதுதான். என்னோடு உங்கள் ஆன்மா இருந்தால் போதும்' என்று மன்னர் கூறினார்.

'நீ சரியான முடிவைத்தான் எடுத்திருக்கிறாய். என் உடல் மறைந்தபின் அதனை முஸ்லிம்களிடம் ஒப்படைத்துவிடு. நான் பயன்படுத்திய தஸ்பீஹ் மணி (ஜெபமாலை), திருக்குர்'ஆன், கமண்டலம், பாதுகைகள், கட்டில் மற்றும் ரோஜா இதழ்களால்

தயாரிக்கப்பட்ட வாசனைத் திரவியங்கள் முதலிய பொருள்கள் சக்கர்தாராவை விட்டு வெளியே செல்லக்கூடாது. என் நினைவாக அவை இங்கேயே இருக்கட்டும்' என்று சொன்னார்.

தனக்காகக் கட்டப்பட்ட லால் மஹல் என்ற ஏழு மாடிக் கட்டிடத்தை பாபாவுக்காகக் கொடுத்தார் மகாராஜா. பாபா இறந்து அடக்கம் செய்யப்பட்ட பின்னர், பாபா வாழ்ந்த லால் மஹலை மன்னர் என்ன செய்தார் தெரியுமா? தரைத் தளத்தில்தான் பாபா வசித்தார். எனவே பாபாவுக்கு மேல் யாரும் போகக்கூடாது என்பதற்காக மீதி ஆறு மாடிகளையும் இடித்துத் தள்ளினார்! அப்படி இடிக்கப்பட்ட அக்கட்டிடம், அந்தக் குட்டி அரண்மனை, இன்றளவும் பொதுமக்கள் பார்வைக்காக உள்ளது.

●

9

இறந்த பிறகு நடந்த அற்புதங்கள்

ஒருவர் இறந்த பிறகு அற்புதங்கள் நிகழ்த்த முடியுமா?

இந்தக் கேள்வி அறிவுப்பூர்வமானது. ஆனால் இதற்கான பதில் ஆன்மிகப்பூர்வமானது. இறப்பு என்று நாம் எதைச் சொல்கிறோம் என்பதைப் பொறுத்தது இக்கேள்விக்கான பதில். உயிரோடு இருக்கும்போது மட்டும் ஒருவரால் இயற்கை விதிகளை மீறி அற்புதங்கள் நிகழ்த்தமுடியுமா என்ற கேள்விக்கான பதிலை நாம் கண்டுகொண்டால் இறந்த பிறகு அற்புதம் நிகழ்த்த முடியுமா என்ற கேள்விக்கான பதிலும் கிடைத்துவிடும்.

அஜ்மீரில், நாகூரில் என இந்தியாவின் பல பாகங்களிலும் ஞானிகள் அடங்கியுள்ள எண்ணற்ற தர்காக்கள் உள்ளன. அவற்றிலெல்லாம் அன்றாடம் அற்புதங்கள் நிகழ்ந்துகொண்டே உள்ளன. அவற்றுக்கான மறுக்க முடியாத ஆதாரங்களும் உள்ளன. இது முஸ்லிம் ஞானியருக்கு மட்டும் உள்ள பிரத்தியேகமான தன்மையல்ல. அன்றாடம் அற்புதங்கள் நிகழ்து கொண்டுள்ள எத்தனையோ ஞானிகளின் அடக்கஸ்தலங்களும் உண்டு. ஏன், நாகூருக்கு அருகில் உள்ள வேளாங்கண்ணி மாதகோயிலே இதற்கு இன்னுமொரு நல்ல உதாரணம். ஷிர்டி

சாய் பாபா செய்த அற்புதங்களை அவருடைய பக்தர்கள் சொல்லக் கேட்டிருப்போம். எல்லா மதங்களைச் சேர்ந்த ஞானிகளுக்கும் இது பொருந்தும். ஏனெனில் ஞானத்துக்கு மதமில்லை.

நாகூர் சென்றால் அங்கே ஐந்து மினாராக்கள் இருப்பதைப் பார்க்கலாம். அதில் மிக உயரமானது பெரிய மினாரா. அது தர்காவுக்கு வெளியிலேயே இருக்கிறது. தஞ்சையை ஆண்ட மன்னர் பிரதாப் சிங் என்பவரால் (கிபி 1739 - 1763) அது கட்டிக்கொடுக்கப் பட்டது. ஏன் தெரியுமா? தனக்கு புத்திர பாக்கியம் வேண்டும் என்று நாகூர் நாயகத்திடம் பிரார்த்தனை செய்தார். அதன் பலனாக அவருக்கு ஒரு மகன் பிறந்தான். துளசி என்று அவனுக்குப் பெயர் வைத்து, தனக்கு புத்திர பாக்கியம் கொடுத்த நாகூர் நாயகத்தின் நினைவாக பெரிய மினாரா கட்டிக்கொடுத்து, பராமரிப்புக்காக இளங்கடம்பனூர் என்ற கிராமத்தையும் பரிசாகக் கொடுத்தான். இது நடந்தது எப்போது தெரியுமா? நாகூர் நாயகம் இவ்வுலகை விட்டுப்பிரிந்து மிகச்சரியாக 199 ஆண்டுகள் கழித்து! அதாவது அவர்கள் இறந்து இரண்டு நூற்றாண்டுகளுக்குப் பிறகு! இது ஒரு சின்ன உதாரணம்தான். இதைப்போல உதாரணங்களைக்கொண்டு பல பாகங்கள் எழுதலாம்.

பாபா இறந்த வாரத்தில், ஆகஸ்ட் 25ம் தேதி ஓர் அதிசயம் நிகழ்ந்தது. சக்கர்தாராவில் இருந்த ஸ்ரீ லக்ஷ்மி நாராயணர் ஆலயத்தில் பாண்டுரங்கனின் சன்னதியில் பாண்டுரங்கன் மற்றும் ஸ்ரீ லக்ஷ்மியின் திருவுருவச்சிலைகளின் கண்களிலிருந்து பல மணி நேரம் கண்ணீர் வழிந்தோடிக் கொண்டிருந்தது! பன்னிரண்டு மணிநேரம் கண்ணீர் வழிந்தோடியதாக நாராயணராவ் என்பவர் கூறினார். அந்நிகழ்ச்சியை 'மெட்ராஸ் மெயில்', 'ஆந்த்ர பத்ரிகா' போன்ற பத்திரிகைகள் செய்தியாக வெளியிட்டன. ஏராளமான பக்தர்கள் அக்காட்சியைக் கண்டு அதிசயித்தனர்.

பால்காரிக்குப் பணம்

சுப்ஹானுத்தீன் என்பவர் பாபாவின்மீது மிகவும் வாஞ்சை கொண்டவர்களில் ஒருவர். பாபாவுக்கு பால் வழங்கும் ஒரு பெண்ணிடம் அவர் தனக்கும் இன்னும் பாபாவின் சீடர்களுக்கும் பால் கொடுக்குமாறு அப்பெண்ணிடம் கேட்டு அதற்கான

பணத்தையும் கொடுத்துவிடுவார். ஒரு தடவை அப்பெண்ணுக்கு உரிய நேரத்தில் பாலுக்கான பணம் கொடுக்கப் படாததால் அவள் பால் கொடுப்பதை நிறுத்தினாள். ஆனால் பாபா அவளை அழைத்து, 'நாளை முதல் நீ பால் கொடு, உனக்குரிய பணம் வந்து சேரும். அதற்கு நான் பொறுப்பு' என்று கூறியதால் அவள் தொடர்ந்து பால் வழங்கினாள்.

இப்போது பாபா இறந்துவிட்டதால் தான் அதுவரை கொடுத்த பாலுக்கு உரிய பணம் எப்படி வரும் என்று அவள் கவலைப்பட்டாள். பாபா இறந்த நான்காம் நாள் அவள் தன் குழந்தையைக் குளிப்பாட்டுவதற்காக வீட்டுக்கு வெளியே வந்தாள். அப்போது ஒரு வயதான பிச்சைக்காரரைப் போன்ற ஒருவர் நின்றுகொண்டிருந்தார். யார், ஏன் இங்கே நின்று கொண்டிருக்கிறீர்கள் என்று கேட்டதற்கு, 'பாபா சொன்னதால் நீங்கள் சுப்ஹானுத்தீனுக்கும் அவரைச் சேர்ந்தவர்களுக்கும் பால் கொடுத்தீர்கள். அதற்கான தொகை 78 ரூபாய், இரண்டு பைசா. இதோ இந்தப் பையில் வைத்திருக்கிறேன். பெற்றுக் கொள்ளுங்கள்' என்று சொல்லிக் கொடுத்துவிட்டு மறைந்து போனார்.

முடம் தீர்த்தது

நாக்பூர் ரயில் நிலையத்தில் மஸ்கோரா என்ற ஒரு ஊனமுற்ற பிச்சைக்காரன் இருந்தான். ஒரு கார் விபத்தில் அவனுக்கு நடக்கமுடியாமல் போனது. ஒரு முறை அவன் தாஜுத்தீன் பாபாவின் தர்காவுக்குச் சென்று தன் முடம் குணமாகவேண்டும் என்று வேண்டிக்கொண்டான். ஆனால் பல வாரங்கள் ஆகியும் அவன் குணமடைவதாகத் தெரியவில்லை.

ஆழந்த மன வருத்தத்திலும் ஆத்திரத்திலும் இருந்த அவன் பாபாவை அசிங்கமாகத் திட்ட ஆரம்பித்தான். அதன் பின் அவன் கனவில் தோன்றிய பாபா, அவனை எழுந்து நிற்கும்படி நான்கு முறை சொன்னார். ஆனால் அவன் எழுந்து நிற்காததால் ஐந்தாம் முறை அவனைத் தன் புனிதக் கால்களால் உதைத்து, 'எழுந்து நில்' என்று உத்தரவிட்டார்.

அந்தக் கணத்திலிருந்து மஸ்கோராவின் முடம் தீர்ந்தது. அதற்கு முந்திய இரவு வரை தவழ்ந்து போய்க்கொண்டிருந்தவன் மறுநாள் காலையிலிருந்து நடக்க ஆரம்பித்தான்! இது பற்றிய

செய்தி ஜூலை 18, 1926 'டைம்ஸ் ஆஃப் இண்டியா' பத்திரிகையில் வெளியானது.

கரு காப்பாற்றப்பட்டது

மகாராஜா போன்ஸ்லேயின் மனைவி யசோதரா தேவி கருவுற்றிந்தார். எட்டுமாத கர்ப்பிணியாக இருந்தபோது திடீரென்று அவருக்கு வயிற்றுவலி ஏற்பட்டது. மருத்துவர்கள் அரண்மனைக்கு அழைத்துவரப்பட்டனர். அவர்கள் பரிசோதித்துவிட்டு, கருவில் இருந்த குழந்தை ஆரோக்கியமாக இல்லை, ஒரு வாரத்துக்குள் கருவைக் கலைக்காவிட்டால் யசோதராவுக்கும் அது ஆபத்தாக முடியலாம் என்று தெரிவித்தனர்.

அரசகுல வாரிசையும் மகாராணியையும் காப்பாற்றும் ஒரேவழி பாபாவை வேண்டிக்கொள்வதுதான் என்று அவர்களுக்குத் தெரியும். அவர்கள் அனைவரும் அதை மிகவும் நம்பிக்கையோடு செய்தனர். அவர்கள் எதிர்பார்த்தபடியே ஒருவாரத்தில் வலி நின்றுபோனது. மீண்டும் யசோதராவைப் பரிசோதித்த மருத்துவர்கள் இப்போது ஆச்சரியமடைந்தனர். ஏனெனில் தாயும் உள்ளே இருந்த கருவும் மிகவும் ஆரோக்கியமாக இருந்ததாக மருத்துவ அறிக்கை சொன்னது!

காட்சி கொடுத்தது

ராஜா அஜித்சிங் ராவ், அவரது மனைவி மகாராணி ஸ்ரீமதி அஜித்சிங் ஆகியோரது உயிர் மருத்துவமனையில் பிரிந்தது. அந்த நேரத்தில், 'நான் உங்களோடுதான் இருக்கிறேன், அஞ்ச வேண்டாம்' என்று சொல்வதுபோல பாபா அவர்களுக்குக் காட்சி கொடுத்தார்.

சில முன்னறிவிப்புகள்

தான் இறப்பதற்குக் கொஞ்ச காலத்துக்கு முன் பாபா சிலருக்கு சில முன்னறிவிப்புகளைச் செய்துள்ளார். அந்த முன்னறிவிப்பு களுக்கான பொருள் அவர் இறந்த பின்னரே தெளிவானது.

நாக்பூரில் மதுரதாஸ் என்ற இளைஞன் குல்லாக்களை செய்து விற்றுப் பிழைத்துக் கொண்டிருந்தான். அவன் தினமும் பாபாவைப் பார்க்க வருவான். இன்றைக்கு எத்தனை குல்லாக்களை விற்றாய் என்று பாபா கேட்பார். இன்றைக்கு 20

குல்லாக்களை நாலணாவுக்கு விற்றேன் என்று அவன் கூறுவான். எங்கே உன் பையைக் காட்டு என்று பாபா சொல்வார். அவன் ஜேபியில் உள்ள பணத்தை எடுத்துப் பார்த்தால் அது அவன் விற்றதாகச் சொன்ன காசைவிட பத்து மடங்கு அதிகமாக இருக்கும்!

இப்படியாக பாபாவின் ஆசியுடன் அவன் வியாபாரத்தைப் பெருக்கி பல நகரங்களுக்கும் குல்லாய்களை விற்பனைக்கு அனுப்பும் அளவுக்கு பெரிய வியாபாரியானான். அதன் நல்ல விளைவாக, தினமும் நடந்து வந்துகொண்டிருந்த அவன் ஒரு வாகனத்தை வாங்கினான். அது என்ன வாகனம் என்ற குறிப்பு இல்லை. நிச்சயம் சைக்கிளாக இருக்காது. ஸ்கூட்டர் போன்ற இருசக்கர வாகனமாக இருந்திருக்கும். ஏனெனில் அவன் அதில் பாபாவை உட்கார வைத்து பல முறை அழைத்துப் போயிருக்கிறான். அந்தப் பயணங்களின்போது பாபாவிடம் பேசிக்கொண்டே பல விஷயங்களை பாபாவிடமிருந்து அவன் கற்றுக்கொள்வான்.

ஒருநாள் அவன், 'பாபா, நீங்கள் இனிமேல் கால்நோக நடந்து போகவேண்டாம். நான் என் வாகனத்திலேயே அழைத்துப் போகிறேன்' என்று சொன்னான்.

அதற்கு பாபா, 'இனிமேல் நான் உன் வாகனத்தில் வரமாட்டேன்' என்று சிரித்துக்கொண்டே சொன்னார். சிரித்துக்கொண்டே பாபா சொன்னதால் பாபாவுக்குத் தன்மீது கோபமில்லை என்று தெரிந்தது. ஆனாலும் பாபா சொன்னதன் அர்த்தம் அவனுக்குப் புரியவில்லை. ஆனால் மறுநாள் அவன் தன் வாகனத்தைக் கொண்டு வந்தபோது பாபா இறந்துவிட்ட செய்தியை அறிந்து அதிர்ச்சியடைந்தான்!

எனக்கு முன்னால் நீ இருப்பாய்

மகாராஜா போன்ஸ்லேயின் உத்தரவுப்படி ஹீராலால்தான் பாபாவுக்கு வாகனம் ஓட்டியாக இருந்தார். இங்கே வாகனம் என்பது மகாராஜா அளித்த தேரையோ குதிரைகள் பூட்டப்பட்ட வண்டியையோ குறித்தது. பாவுக்கு உயிர் பிரிந்து கொண்டிருந்தது என்ற செய்தியை அறிந்தவுடன், 'பாபா, இத்தனை காலமாக உங்களோடு நான் பயணம் செய்தேன். இனி என்னோடு யார் வருவார்கள்?' என்று சொல்லி ஹீராலால் புலம்பினார்.

பாபா அவரிடம், 'நீ எனக்கு முன்னால் வருவாய். நான் உனக்குப் பின்னால் வருவேன்' என்றார்.

பாபா இப்படித்தன்னிடம் சொன்னதாக ஹீராலால் எல்லாரிடமும் சொன்னார். ஆனால் 1925-ல் பாபா இவ்வுலகை விட்டு மறைந்தார். பின்னர் பல ஆண்டுகள் கழித்து, 1965ல், ஒரு முஹர்ரம் ஊர்வலத்தில் பாபாவின் பல்லக்கை எடுத்துச் செல்லும்போது மக்கள் 'அல்லாஹு அக்பர்' என்று கோஷம் எழுப்பினார்கள். அந்த ஊர்வலம் ஜார்கெத் என்ற இடத்தை அடைந்தபோது பாபாவின் பல்லக்குக்கு முன்னால் வேறு ஒரு ஊர்வலம் சென்று கொண்டிருந்தது. அதில் சென்றவர்கள், 'ராம் நாம் சத்ய ஹே' என்று கோஷம் எழுப்பிக்கொண்டிருந்தார்கள். அது என்ன என்று விசாரித்தபோது, அது ஹீராலாலின் இறுதி ஊர்வலம் என்று தெரியவந்தது! 'நீ எனக்கு முன்னால் வருவாய். நான் உனக்கு பின்னால் வருவேன்' என்று பாபா சொன்னதன் அர்த்தம் அப்போதுதான் விளங்கியது!

●

10

ஆன்மிக ஆழம்

தன் வாழ்வில் அதிக நேரத்தைத் தொழுகையிலேயே பாபா கழித்தாலும், மக்காவுக்கு அற்புதமான முறையில் சென்று ஹஜ் எனும் புனித யாத்திரையை மேற்கொண்டிருந்தாலும், தாஜுத்தீன் பாபா ஒரு ஞானியாக இருந்ததால் எந்த மனிதனையும் மதத்தின் பெயரால் அவர் வேறுபடுத்திப் பார்க்கவில்லை. எந்த ஞானியாலும் அப்படிப் பார்க்கவும் முடியாது. அப்படிச் செய்பவர் ஞானியாக இருக்கவும் முடியாது.

சில நேரங்களில் அவர் சில முஸ்லிம்களின் கோரிக்கையைப் புறக்கணித்துள்ளார் என்று சொல்லப்படுகிறது. ஒரு ஹிந்து முஸ்லிம் கலவரத்தின்போது சில முஸ்லிம்கள் பாபாவிடம் வந்து, 'முஸ்லிம்கள் கொல்லப்படுகிறார்கள். ஏதாவது செய்து அவர்களைக் காப்பாற்றுங்கள்' என்று கேட்டனராம். அப்போது பாபா கோபமாக, 'இங்கிருந்து போய்விடுங்கள், உண்மையான முஸ்லிமை யாரும் கொல்ல முடியாது' என்று கூறினாராம்.

முஸ்லிமானாலும் ஹிந்துவானாலும் அது உயிர்தானே? ஏன் அவர்களை பாபா காப்பாற்றவில்லை என்ற கேள்வி எழுவது நியாயமானதே. ஆனால் நமக்குக் கிடைத்த தகவல் முழுமையானதல்ல. எனவே எந்த முடிவுக்கும் நம்மால் வர

இயலாது. அரபியில் பெயர் வைத்துக்கொண்டுவிடுவதனால் மட்டும் ஒருவர் சரியான முஸ்லிமாகிவிட முடியாது. எண்ணத்திலும், செயலிலும் அன்பும், தூய்மையும் காட்டப்பட வேண்டும் என்பதே பாபா கொடுத்த எச்சரிக்கையின் குறிப்பாகும். அவர் அந்த சில முஸ்லிம்களுக்குச் சொன்ன பதிலைப்போன்றதை எந்த மதத்தைச் சேர்ந்தவர்களுக்கும் சொல்லியிருக்க முடியும்.

உண்மையான ஹிந்துவை, அல்லது உண்மையான கிறிஸ்தவரை யாரும் கொல்ல முடியாது என்று பாபா சொன்னதாகவும் அந்த பதிலை எடுத்துக்கொள்ளலாம். ஏனெனில், அன்பால் மட்டுமே என்னை வெற்றி கொள்ள முடியும் என்று கிருஷ்ணர் பகவத் கீதையில் கூறுகிறார். உங்கள் எதிரிகளையும் நேசியுங்கள் என்பதுதான் இயேசுவின் செய்தியாகும். எனவே, 'இங்கிருந்து போய்விடுங்கள், உண்மையான முஸ்லிமை, உண்மையான ஹிந்துவை, உண்மையான கிறிஸ்தவரை யாரும் கொல்ல முடியாது' என்று பாபா கூறியதாகத்தான் அந்த தகவலை எடுத்துக் கொள்ளவேண்டும். அந்த அன்புக்கு அவரது வாழ்க்கையே சாட்சியாக உள்ளது.

மன்சூர் சொன்னது சரியா

மன்சூர் அல்ஹல்லாஜ் என்ற சூஃபி 'நானே ஹக்', அதாவது 'நானே சத்தியம்' என்று கூறினார். அரபியில் அவர் 'அனல் ஹக்' என்று சொன்னார். இந்த 'அனல் ஹக்' சம்பவம் சூஃபி வரலாற்றில் புகழ்பெற்றதொரு நிகழ்ச்சியாகும். 'ஹக்' என்ற சொல்லுக்கு 'பேருண்மை', 'சத்தியம்' என்று பொருள் இருந்தாலும், 'இறைவன்' என்ற பொருளும் உண்டு. 'நானே இறைவன்' என்று அவர் சொன்னதாக அது எடுத்துக்கொள்ளப் பட்டு அவர் அதற்காகக் கொல்லப்பட்டார்.

அவரைப்பற்றி தாஜுத்தீன் பாபாவிடம் ஒருமுறை கேட்கப் பட்டது. அப்போது அவர், 'ஆமாம், மன்சூர் ஒரு மிகப் பெரிய சூஃபிதான். அவர் தன் கையை உரிய நேரம் வருவதற்கு முன்னரே திறந்து காட்டிவிட்டார். ஆனால்' என்று சொல்லிய பாபா, 'தாஜுத்தீனின் இந்தக் கைகளை நான் இறைவனின் தீர்ப்புநாள்வரை திறந்து காட்ட மாட்டேன்' என்று கூறினார்.

இது சூஃபித்துவத்தில் மிக முக்கியமான செய்தியாகும். ஏனெனில் உண்மையைத் தாங்கிக் கொள்கிற ஆற்றல்

சமுதாயத்துக்குக் கிடையாது. ஐன்ஸ்ட்டீனின் சார்பியல் கோட்பாடு உலகத்துக்கே பொதுவானதாக இருந்தாலும், அதை சாமானியர்களால் புரிந்துகொள்ள முடியுமா? ஆன்மிக உலகின் உண்மைகளும் அப்படித்தான். ரகசியம் எப்போது ரகசியமாகவே வைக்கப்பட வேண்டும். அதை எல்லாருக்கும் சொல்வதனால் புரிந்துகொள்ளப்படாமல் போவதுமட்டுமின்றி, அது சொல்பவருக்கே ஆபத்தாக முடிந்துவிடலாம்; மன்சூருக்கு நிகழ்ந்ததைப் போல. அதனால்தான் கண்டவர் விண்டதில்லை என்று முன்னோர்கள் சொல்லிவைத்தார்கள். தெய்வீக ரகசியங்கள் உணரப்பட வேண்டியவை. பொதுவெளியில் அறிவிக்கப்படவேண்டியவை அல்ல.

நாயைக் கொல்லு

ஒருமுறை ஒரு பக்கிரி தன்னை சீடராக ஏற்றுக்கொள்ளும்படி பாபாவிடம் கேட்டுக்கொண்டார். ஆனால் கேட்பவரின் தகுதியை குரு அறிவாரல்லவா? அவரிடம் பாபா, 'நாயைக் கொல்லு, நாம் இரண்டு பேரும் அதைச் சாப்பிடலாம்' என்று சொன்னார்! அந்த பக்கிரி தோற்றத்தில் மட்டும்தான் ஒரு சாதுவைப்போல, ஒரு முனிவரைப் போல, முற்றும் துறந்தவரைப் போல இருந்தார். ஆனால் அவர் மனதின் ஆழத்தில் உலக ஆசைகளில் மூழ்கிப் போயிருந்தார். அந்த ஆசை எனும் நாயைக் கொன்றுவிட்டு வா என்பதுதான் பாபாவின் பதிலாக இருந்தது.

தனிமை

இன்னொரு நாள் ஒரு ஆன்மிக ஆர்வலர் பாபாவிடம் வந்து, 'என் மனம் இருமையில் உ ழல்கிறது பாபா. நான் இம்மையையும் நேசிக்கிறேன், மறுமையையும் நேசிக்கிறேன். உலகத்தையும் ஆசைப்படுகிறேன், ஆண்டவனையும் ஆசைப்படுகிறேன். என்ன செய்வது?' என்று கேட்டார்.

'உன் மனதில் ஏழு சாத்தான்கள் அமர்ந்துள்ளன. அவற்றிலிருந்து நீ விடுபட உனக்குத் தேவை தனிமைதான்' என்றார்.

இன்னொரு முறை தனிமையை விளக்கும்போது, 'தனிமை என்பது சமுதாயத்தை விட்டு விலகியோடி, காட்டில் போய் இருப்பதல்ல. உலகிலேயே இருந்தாலும் மனம் அதில் ஒட்டாமல் இருப்பதே தனிமையாகும்' என்று கூறினார். இது நக்ஷபந்தியா ஆன்மிகப் பாதையின் முக்கிய செய்திகளில்

ஒன்றாகும். அவர்கள் வலியுறுத்தும் மூன்று விஷயங்கள், மூச்சை கவனித்தல், எடுத்து வைக்கும் பாத அடிகளைக் கவனித்தல், சமுதாயத்தில் இருக்கும்போது தனியாக இருத்தல் ஆகியவை யாகும். இந்த மூன்றாவதைப் பற்றித்தான் பாபா சூசகமாகக் கூறுகிறார். தமிழ்ப் பாரம்பரியத்தில் சொல்லப்படும் 'விழித்திரு, பசித்திரு, தனித்திரு' என்ற சூத்திரமும் சொல்ல வருவது இதைத்தான். தனித்திரு என்பதன் பொருள் உடலளவில் தனித்திருப்பதல்ல, உள்ளத்தளவில் தனித்திருப்பதாகும்.

மேலே சொன்னதுபோன்ற ஒரு பிரச்னையை இன்னொரு இளைஞர் பாபாவிடம் சொன்னபோது, 'உன்னிடமுள்ள புறாக்களைப் பறக்கவிடு' என்று பாபா சொன்னார். அவர் 'புறாக்கள்' என்று சொன்னதும் மனதுக்குள் எப்போதும் சப்தமெழுப்பிக்கொண்டிருக்கும் உலகாயத ஆசைகளையே.

பாடல்களில் பரவசம்

இசையும் பாடலும் ஸூஃபிகளோடு தொடர்பு கொண்டவை. மௌலான ரூமிக்கு ஒரு சுழல் நடனம். அஜ்மீர் க்வாஜா முயீனுத்தீன் சிஷ்தி அவர்களுக்கு கவ்வாலி இசையும் பாடல்களும். நிஜாமுத்தீன் அவ்லியா போன்றவர்களுக்கு ஸமா என்ற இசையும் பாடலும். அதைப்போல தாஜுத்தீன் பாபாவுக்கும் இசையும் பாடலும் மிகவும் பிடிக்கும். பரவச நிலைக்கு அடிக்கடி போக அவை பாபாவுக்குத் துணையாக நின்றன.

அடிக்கடி இறைவன் மீதான, இறைத்தூதர்கள், இறைநேசர்கள் மீதான புகழ் பாடல்களைக் கேட்பது பாபாவின் வழக்கம். பாடல்கள் பாபாவைப் புகழ்ந்தும் இருக்கும். ஒருமுறை திருமதி சுல்தான் பீவி என்ற பாடகி பனாரஸிலிருந்து சக்கர்தாரா அரண்மனைக்கு பாபாவைப் பார்க்க வந்து அவர் முன் பாடினார். அதன் ஒருவரியைக் கேட்டதும் சட்டென்று எழுந்த பாபா, இடுப்பில் ஒரு துணியைக் கட்டிக்கொண்டு, 'இதுதான் அர்ஷுல்லாஹ்' என்றார். 'அர்ஷ்' என்பது திருக்குர்ஆனில் வரும் சொல்லாகும். 'இறைவனின் இருக்கை' என்று பொருள். அப்படிச் சொல்லிக்கொண்டே அப்படியே பரவச நிலைக்குச் சென்றார் பாபா. ஒருமுறை சில பாடகர்கள் மெய்ஞ்ஞானப் பாடல்களைப் பாடியதும் காலில் சலங்கைகளைக் கட்டிக் கொண்டு பாபா நடனமாட ஆரம்பித்துவிட்டார்.

ஒருமுறை இப்படி இசையால் பரவசநிலைக்குச் சென்ற பாபாவின் தன்னை மறந்த சமாதி நிலை மூன்று நாட்களுக்குத் தொடர்ந்தது. அவரைப் பார்த்து ஆசி பெறவும், பிரச்னைகளைச் சொல்லவும் வந்த ஆயிரக்கணக்கானோர் ஏமாந்து போயினர். அப்போது ஹஸ்ரத் ஹகீம் நிஜாமுத்தீன் என்பவர் லக்ஷ்மி பாய் என்ற பாடகியை வரவழைத்து பாபாவுக்காகப் பாடச் சொன்னார். சமாதிக்குச் செல்லவும் பாட்டு, சமாதியிலிருந்து மீண்டு வரவும் பாட்டு!

'யாரும் பார்க்கவில்லை, காதலனே வந்துவிடு, குருடர்களும் அறிவிலிகளும் நம்மை எப்படிப் பார்க்க முடியும்' என்ற பாடல் வரிகளைக் கேட்ட பின்னர்தான் பாபாவுக்கு நினைவு திரும்பியது!

ஹராமா ஹலாலா

யாரையும் ஏமாற்றாமல், யாரையும் வருத்தாமல், முறைப்படி சம்பாதித்த பணம், பதவி, அந்தஸ்து, பொருள், உணவு முதலியவை ஹலால் எனப்படும். முறையற்ற வகையில் சம்பாதிக்கப்பட்ட அனைத்தும் ஹராம் எனப்படும். சூஃபிகள் ஹலால் ஆன விஷயங்களுக்கு மிகுந்த முக்கியத்துவம் கொடுத்தனர். ஹராமான எதையும் அவர்கள் தொடுவதுகூட இல்லை. இதுபற்றி ஏற்கெனவே கொஞ்சம் கூறப்பட்டுள்ளது.

நபிகள் நாயகத்தின் ஆருயிர்த்தோழரான அபூபக்கர் அவர்கள் பால் குடிப்பது வழக்கம். அப்படி ஒருநாள் வேலைக்காரர் கொண்டு வந்த பாலை அபூபக்கர் குடித்துவிட்டார். குடித்த பிறகு அவருக்கு ஒரு சந்தேகம் வந்தது. இந்தப் பாலை எங்கிருந்து வாங்கி வந்தீர் என்று ஊழியரைக் கேட்டார். ஒரு யூதரிடமிருந்து என்று அவன் சொன்னதும் உடனே வாய்க்குள் கைவிட்டு பால் முழுவதையும் வாந்தி எடுத்தார். ஏன்? யூதர்கள் வட்டிக்கு விட்டு பணம் சம்பாதிக்கும் குணம் கொண்டவர்கள். இஸ்லாத்தின் சட்டப்படி, வட்டி வாங்குவது ஒரு மனிதன் இன்னொரு மனிதனை தேவையில்லாமல் சுரண்டுவதாகும், வேதனைப் படுத்துவதாகும். எனவே வட்டி இஸ்லாத்தில் ஹராம். எனவே ஹராமான ஒரு உணவு தன் உடலுக்குள் சென்று செரித்துவிடக் கூடாது என்பதில் அபூபக்கர் கவனமாக இருந்தார்.

அப்துர் ரஹ்மான் என்று நாக்பூரில் ஒரு கோட்வால் இருந்தார். 'கோட்வால்' என்றால் தலைவர், காவல் துறை அதிகாரி

என்றெல்லாம் பொருள் கொடுக்கப்படுகிறது. அவர் பாபா கொரிக்க முந்திரி மாதிரியான சில கொட்டைகளைக் கொண்டு வந்து கொடுத்தார். ஆனால் அதை பாபா தொடவில்லை. அதேசமயம் ஒரு ஏழை சில சப்பாத்திகளைக் கொண்டு வந்து பாபாவுக்குக் கொடுத்தார். உடனே அவற்றை வாங்கி பாபா சாப்பிட ஆரம்பித்தார்.

தான் கொடுத்த கொட்டைகளையும் பாபா சாப்பிட வேண்டும் என்று கோட்வால் ஆசைப்பட்டார். ஆனால் 'என்னால் அவற்றைச் செரிக்க முடியாது' என்று பாபா கூறினார். முதலில் கோட்வாலுக்கு அதன் அர்த்தம் புரியவில்லை. பின்னர்தான் தான் லஞ்சமாகப் பெற்ற பணத்தில் வாங்கிய கொட்டைகள் என்பதால் பாபா சாப்பிடவில்லை என்று புரிந்தது.

ஓர் ஆன்மிகவாதிக்கு உடல் சுத்தம் மட்டுமல்ல, இதயமும் சுத்தமாக இருக்கவேண்டும். ஹராமான விஷயங்கள் உடலுக்குள் புகுந்துவிட்டால் அவை உள்ளத்தின் தூய்மையை, நிம்மதியைக் கெடுத்துவிடும் என்று அவர்களுக்குத் தெரியும். அதனால் அந்த விஷயத்தில் அவர்கள் மிகவும் கவனமாக இருந்தார்கள். இதில் கொட்டை கொடுத்த கோட்வால் முஸ்லிம். சப்பாத்தி கொடுத்த ஏழை முஸ்லிமல்ல. ஆனால் சூஃபிகள் புறத்தைப் பார்ப்பதில்லை. அகத்தை மட்டுமே பார்த்தார்கள். இறைவனும் தங்களைத் தூய்மைப் படுத்திக்கொள்பவர்களையே விரும்புகிறான் என்றும், தங்களைத் தூய்மைப்படுத்திக் கொள்பவர்கள் வெற்றி பெற்றவர்கள் என்றும் திருக்குர்'ஆன் கூறுகிறது (2:222, 87:14). சூஃபித்துவத்தின் செய்தியும் முயற்சியுமே தூய்மைப்படுத்திக்கொள்வதுதான். அதை உணர்த்தும் விதத்தில் பாபாவின் இந்த செய்கை உள்ளது.

மாவரைத்துக்கொடுத்த மகான்

ஒருநாள் பாபா வழக்கம்போல நடைப்பயணம் மேற் கொண்டார். நாக்பூரிலிருந்து கிட்டத்தட்ட 14 கிமீ தொலைவுக்கு வந்துவிட்டார். வழக்கம்போல அவர் பின்னால் நூற்றுக் கணக்கான பக்தர்கள் வந்துகொண்டிருந்தனர். அற்புதங்களை எதிர்பார்த்துப் பின்தொடர்ந்த சாமானியர்கள். அங்கே ஒரு வீட்டு வாசலில் ஒரு கிழவி மாவு அரைக்க முயன்று கஷ்டப்பட்டுக் கொண்டிருந்தார். அதைப் பார்த்த பாபா உடனே அருகில்

சென்று அவரை நகரச்சொல்லிவிட்டு தானே உட்கார்ந்து மாவை விரைவாக அரைத்துக்கொடுத்தார். கொடுத்துவிட்டு ஒன்றும் பேசாமல் அவர் பாட்டுக்கு எழுந்து போய்க்கொண்டே இருந்தார். அதைப் பார்த்த மக்கள் கண்கள் கலங்கினர். ஸூஃபியின் செய்தி வார்த்தையால் ஆனதல்ல, அது வாழ்க்கையால் ஆனது என்பதை அவ்வப்போது பாபா உணர்த்திக்கொண்டே இருந்தார்.

ஏழைக்கு உணவு

ஒருநாள் பாபாவைப் பார்த்து தன் பிரச்னையைச் சொல்ல ஓர் ஏழை ரொம்ப தூரத்திலிருந்து வந்தான். ஆனால் அவன் வந்தபோது பாபாவைச் சுற்றி பெரும் பணக்காரர்களும் முக்கியஸ்தர்களும் குழுமியிருந்தனர். எனவே அவன் அமைதியாகச் சென்று ஒரு மரத்தின் கீழே அமர்ந்து தன் வாய்ப்புக்காகக் காத்திருந்தான். ஆனால் இரவாகியும் அவனுக்கு வாய்ப்பு கிடைப்பதாகத் தெரியவில்லை. அவனுக்கு பசிக்க ஆரம்பித்தது. அவனிடம் எந்த உணவுப்பொருளும் இல்லை. உணவு வாங்குவதற்கான காசும் அவனிடத்தில் இல்லை. வேறு வழியின்றி அவன் பொறுமையாகக் காத்துக்கொண்டிருந்தான்.

சாப்பிடும் நேரம் வந்தது. பாபாவுக்கான ருசியான உணவு வகைகள் கொண்டுவந்து வைக்கப்பட்டன. ஆனால் பாபா அதில் எதையுமே தொடவில்லை. ‘முதலில் நம் விருந்தினர் சாப்பிடட்டும். நாம் பிறகு சாப்பிடலாம்’ என்று சொன்னார். அவர் யாரை விருந்தினர் என்று சொன்னார் என்று பாபாவின் அருகிலிருந்தவர்களுக்குப் புரியவில்லை. அவர்கள் அங்குமிங்கும் தேடிவிட்டு யாரும் கிடைக்காமல் திரும்பி வந்தனர். ஆனால் பாபா இப்போதும் சாப்பிடவில்லை. மீண்டும் சற்று கடுமையாக, ‘வந்த விருந்தினர் முதலில் சாப்பிடட்டும்’ என்று சொன்ன பாபா, குறிப்பிட்ட மரத்தின் கீழே போய்ப்பாருங்கள் என்றும் உத்தரவிட்டார்!

அவர்கள் அந்த ஏழையிடம் போய் விஷயத்தைச் சொன்னவுடன் அவன் அழுதான். ‘நான் இரண்டு நாட்களாக சாப்பிடவே இல்லை. ரொம்ப தூரத்திலிருந்து பாபாவைப் பார்ப்பதற் காகத்தான் வந்தேன். அவர் ஒரு சத்தியமான இறைநேசர் என்பதை இப்போது விளங்கிக்கொண்டேன்’ என்று சொல்லி சாப்பிட்டான்.

குதிரையின் தாகம்

ஒருமுறை பாபா போய்க்கொண்டிருந்தபோது ஒரு குதிரையைப் பார்த்தார். உடனே கூட வந்தவர்களிடம் அந்த குதிரை தாகமாக உள்ளது, தண்ணீர் கொடுங்கள் என்று உத்தரவிட்டார். அவர்களும் கொடுத்தார்கள். அப்போதுதான் அந்தக் குதிரை எவ்வளவு தாகமாக இருந்தது என்று அவர்களுக்குப் புரிந்தது. ஒரு மிருகத்தின் தாகத்தை ஒரு சூஃபியைத் தவிர வேறு யாரால் உணர்ந்துகொள்ள முடியும்?

கடவுளின் அவதாரம்

துப்புரவுத் தொழில் செய்துகொண்டிருந்த ஒரு தலித் பெண் இருந்தார். அவர் பெயர் கங்கா பாய். அவர் பாபாவைப் பற்றிக் கேள்விப்பட்டு அவருக்காக உணவு தயாரித்துக் கொண்டு கால்நடையாக அரண்மனையருகில் வந்து பார்த்தார். ஆனால் அங்கே பாபாவுக்கு ராஜ மரியாதை நடந்துகொண்டிருந்தது. தான் கொண்டு வந்த எளிய உணவு, தன் எளிய சூழ்நிலை இவற்றையெல்லாம் கருத்தில் கொண்டு என்ன செய்வதென்று தெரியாமல் கொஞ்ச நேரம் விழித்துக்கொண்டிருந்தார். பின் என்ன நினைத்தாளோ, தான் கொண்டுவந்த உணவை அங்கிருந்த ஒரு மரத்தில் ஒரு துணியில் கட்டித் தொங்கவிட்டுக் காத்துக்கொண்டிருந்தார்.

கொஞ்ச நேரம் கழித்து பாபா உணவு கேட்டார். பக்தர்கள் நீ நான் என்று போட்டி போட்டுக்கொண்டு சுவையான உணவு வகைகளைக் கொண்டு வந்து வைத்தனர். ஆனால் பாபா அதையெல்லாம் எடுக்கவில்லை. மரத்தில் தொங்கிக் கொண்டிருந்த உணவுதான் வேண்டும் என்று சொன்னார். அவர்களுக்கு ஒன்றும் புரியவில்லை. எங்கெங்கோ தேடிவிட்டு வெறுங்கையோடு வந்தனர். பின் பாபாவே எழுந்து சென்று அந்த தலித் பெண் மரக்கிளையில் துணியில் கட்டித் தொங்கவிட்ட பையை எடுத்து அதிலிருந்து உண்டுவிட்டு கொஞ்சம் அதில் மீதி வைத்துவிட்டுத் திரும்பினார். ஜாதிப் பிரிவுகள் மிகவும் தீவிரமாக இருந்த அந்தக் காலத்தில் பாபா அப்படிச் செய்ததை ஒரு புரட்சி என்றே சொல்லவேண்டும்.

பாபா வைத்த மீதி உணவை பிரசாதமாக நினைத்து அந்த தலித் பெண் சந்தோஷமடைந்தார். எல்லோரும் ஆச்சரியப்பட்டனர்.

கொஞ்சம் பொறாமையும் பட்டனர். நீ யார் என்று விசாரித்தனர். அவர் தன்னைத் தயக்கத்தோடு அறிமுகப்படுத்தியபோது அவர்களுக்கு ஒன்றும் புரியவில்லை. பாபா யார் என்று தெரியுமா என்று கேட்டனர். என்னைப் பொறுத்தவரை அவர் கடவுளின் அவதாரம் என்றார் அந்தப் பெண்!

பரவச நிலை

ஞானிகள் அவ்வப்போது பரவசநிலைக்குச் செல்வார்கள். ஸூஃபி மொழியில் அதை 'ஹால்' என்று கூறுகிறார்கள். தாஜுத்தீன் பாபாவின் மிக உயர்ந்த ஆன்மிக நிலையின் ஆழம் எந்த அளவு இருந்ததென்றால், தான் பரவச நிலைக்குச் செல்வது மட்டுமின்றி, தான் விரும்புவோருக்கும் அந்நிலையை ஒரு கணத்தில் உருவாக்க வல்லவராக இருந்தார்.

ஒருமுறை ஒருவர் பாபாவிடம் 'ஹால்' நிலை எப்படி இருக்கும் என்று கேட்டார். உடனே பாபா தான் போட்டிருந்த தொப்பியைக் கழற்றி தரையில் தலைகீழாக வைத்தார். அவ்வளவுதான். உடனே கேட்டவரும் தலைகீழாக நிற்கவும், அந்நிலையிலேயே குதிக்கவும் தொடங்கினார்! பாபா மறுபடியும் தொப்பியைத் தலையில் போட்டுக்கொண்டதும்தான் அவரது பரவச நிலை மாறி சாதாரண நிலைக்கு வந்தார். என்ன புரிந்ததா என்று பாபா கேட்கவும், பரவச நிலைக்குச் சென்றவர் நன்றிப்பெருக்கால் பாபாவில் காலில் விழுந்தார்.

இதேபோல பரமஹம்சரும் விவேகானந்தருக்குச் செய்துள்ளார். ஷிர்டி சாய்பாபாவும் தன் கையசைவின் மூலம் ஒரு பீடித்தொழிலாளிக்கு பரவச நிலையையும் மறு கையசைப்பின் மூலம் சாதாரண நிலையையும் ஏற்படுத்தியுள்ளார். தெய்வத்தைப் பற்றிய பாடல்கள் பாடப்படும்போது, கவ்வாலி இசைக்கப்படும்போதெல்லாம் பாபா பரவச நிலைக்குச் சென்றுவிடுவார் என்பதை ஏற்கனவே பார்த்தோம்.

தொழுகைக்குச் செல்லுங்கள்

ஒருநாள் சக்கரதாராவில் இருந்த ஒரு குளம் அல்லது ஏரியின் ஓரமாக பாபா அமர்ந்திருந்தார். அப்போது அருகிலிருந்த பள்ளிவாசலிலிருந்து 'மக்ரிப்' எனப்படும் மாலைத் தொழுகைக்கான அழைப்பொலி கேட்டது. உடனே பாபா

தன்னைச் சுற்றியிருந்தவர்களைப் பார்த்து, 'போய் மக்ரிப் தொழுதுவிட்டு வாருங்கள்' என்று சொன்னார். கூட இருந்த பல முஸ்லிம்கள் பாபா சொன்னபடி தொழச் சென்றனர். ஆனால் சிலர் தொழச் செல்லாமல், 'எங்களுக்கு பாபாவே போதும்' என்று கூறினர்.

அதைக் கேட்ட பாபா கோபமாக, 'இம்மையில் நீங்கள் செய்த நல்ல செயல்களை வைத்துதான் மறுமை நாளில் உங்கள் கதி நிர்ணயிக்கப்படும். உங்களைப்போல நானும் அல்லாஹ்வின் அடிமைதான். நான் அவனை நெருங்கிவிட்ட அடிமை. நீங்கள் உங்கள் எண்ணத்தினாலும் செயல்களினாலும் அல்லாஹ்விடம் இருந்து மேலும் மேலும் தூரமாகிப் போகாதீர்கள்' என்று சொன்னார். சொன்னார் என்பதைவிட எச்சரித்தார் என்றுதான் சொல்லவேண்டும்.

ஸூஃபிகள் தொழுவதில்லை என்று பொதுவாகச் சொல்லப்படும் ஒரு தவறான குற்றச்சாட்டை மறுப்பதாக இந்த நிகழ்ச்சி உள்ளது. நாகூர் நாயகம் அவர்கள் ஒருநாள் தொழுகைக்குக் காலதாமதமாக வந்த தன் மகன் யூசுஃப் அவர்களிடம் பேசாமல் இருந்த வரலாற்றை ஏற்கனவே பார்த்தோம். எல்லா ஸூஃபிகளும் 'ஷரியத்' எனப்படும் இஸ்லாமிய சட்டதிட்டங்களை முறையாகப் பின்பற்றியவர்களே என்பதை தாஜுத்தீன் பாபாவின் பதில் காட்டுகிறது.

எந்த ஸூஃபியும் நானே கடவுள் என்று சொல்லிக்கொண்டதில்லை. கடல்தான் அலையாக மாறுகிறது என்றாலும் அலை கடலாகிவிடாது என்பதையும், ஆனால் கடலின் குணாம்சங்கள் அலைக்கு உண்டு என்பதையும் தெளிவாக உணர்ந்தவர்கள் அவர்கள். நபிகள் நாயகத்தை என்னுடைய இறுதித்தூதர் என்று சொல்லும் இறைவன், அவர் என்னுடைய 'அப்த்', அதாவது 'அடிமை' என்றும் திருமறையில் கூறுகிறான். இயேசுவும் தான் அல்லாஹ்வின் அடிமை என்று கூறுவதாக திருக்குர்'ஆன் கூறுகிறது. அடிமை என்பதைக் குறிக்கும் 'அப்த்' என்ற சொல் திருக்குர்'ஆனில் பலமுறை வருகிறது.

எவ்வளவு உயர்ந்த நிலையை ஒரு மனிதன் அடைந்தாலும், தான் இறைவனின் அடிமை என்ற நினைப்பு அவனுக்கு அகந்தை ஏற்படாமல் காப்பாற்றுகிறது. அதைத்தான் பாபா அவர்களுக்கு உணர்த்தினார்.

கனவா நனவா

ஹுசாமுத்தீன் என்பவர் பாபாவின் சீடராக விரும்பினார். அதுவும் தன் வீட்டில் தான் அமர்ந்துகொண்டிருக்கும்போதே பாபா தன்னை சீடராக ஏற்றுக்கொள்ளவேண்டும் என்று ஆசைப்பட்டார். அன்று இரவு ஹுசாமுத்தீன் ஒரு கனவு கண்டார். அதில் தாஜுத்தீன் பாபா ஒரு குளக்கரையில் அமர்ந்து தொழுகைக்காகத் தன் உடலை முறைப்படி சுத்தம் செய்து கொண்டிருந்தார். அப்போது அவர் உடலில் தண்ணீர் பட்ட இடமெல்லாம் ஒளிர்ந்தது.

இக்கனவைக் கண்டு விழித்த ஹுசாமுத்தீனுக்கு பாபா தன்னை சீடராக ஏற்றுக்கொண்டுவிட்டார் என்பது புரிந்தது. என்றாலும் மறுநாள் அவர் பாபாவைப் போய்ப்பார்த்து தன் ஆசையை நேரடியாகச் சொன்னார்.

'நேற்று இரவுதானே சந்தித்தோம். அது போதாதா உனக்கு?' என்று பாபா கேட்டார். அதைக்கேட்டு சந்தோஷமும் ஆச்சரியமும் அடைந்த ஹுசாமுத்தீன், 'எனக்கு அதற்கான ஆதாரம் ஏதாவது கொடுங்கள்' என்று கேட்டார்.

'ஆதாரமா? அதை ஹஸ்ரத் நிஜாமுத்தீன் அவ்லியாதான் கொடுக்கவேண்டும்' என்றார். ஹஸ்ரத் நிஜாமுத்தீன் அவ்லியா 13/14ம் நூற்றாண்டில் வாழ்ந்த மகான். அவர் எப்படி இப்போது ஆதாரம் கொடுப்பார் என்று ஹுசாமுத்தீனுக்குப் புரியவில்லை. என்றாலும் நிஜாமுத்தீன் அவ்லியாவுக்கு ஹுசாமுத்தீன் ஒரு கடிதம் எழுதினார்!

'என்னை உங்கள் சீடனாக ஏற்றுக்கொள்ளும்படி சொல்லப் பட்டுள்ளது. நான் எப்போது வரவேண்டும் என்று சொல்லுங்கள்' என்று சொல்லி ஒரு கடிதம் எழுதி அதை நிஜாமுத்தீன் அவ்லியாவின் தர்காவுக்கு அனுப்பினார்! அதில் தனது பெயரைக்கூட அவர் குறிப்பிடவில்லை.

சில நாட்களில் அங்கிருந்து பதில் வந்தது! 'ஹுசாமுத்தீன், தாஜுத்தீன் பாபாவின் உத்தரவின் பேரில் இங்கே வருகிறீர்கள். நிஜாமுத்தீன் அவ்வியாவின் நினைவாக ஒவ்வொரு மாதமும் 17ம் நாள் சிறப்பு செய்வோம். எனவே அடுத்த மாதம் அந்த தேதியில் வந்து தீட்சை பெற்றுக்கொள்ளவும்.'

ஹுஸாமுத்தீனும் சென்றார். அங்கிருந்த தலைமைக் காரியதரிசி, அவர் சொல்லமலே அவர் பெயரைக் குறிப்பிட்டு, 'வந்து விட்டீர்களா ஹுஸாமுத்தீன்? நாளைக் காலை தீட்சை பெற்றுக் கொள்ளுங்கள்' என்றார்!

ஏதோ திரைப்படத்தில் வரும் மாய மந்திரக் காட்சியைப்போல இருக்கும் இதுபோன்ற நிகழ்வுகள் ஆன்மிக உலகில் சாத்தியமே. ஆன்மிகப் பாதையில் கனவு நனவு எல்லாம் ஒன்றுதான். எனக்கு இதுபோன்ற ஒரு அனுபவம் எங்கள் குரு ஹஸ்ரத் மாமாவோடு நடந்தது. அப்போது நான் ஆம்பூரில் கல்லூரிப்பேராசிரியராக இருந்தேன்.

வாராவாரம் நாகூரில் இருந்த குருவைப் போய்ப் பார்த்து வருவேன். ஒருமுறை எனக்கொரு கனவு வந்தது. எங்களுக்குக் கொடுக்கப்பட்ட 'பட்டை இஸ்ம்' என்ற ஓர் அட்டையில் அரபியில் எழுதப்பட்ட ஒரு சின்ன பிரார்த்தனையை 'லாமினேட்' செய்து என் சட்டை ஜேபியில் வைத்துக் கொள்ளும்படி என் கனவில் குரு கூறினார். கனவுதானே என்று வழக்கம்போல அதை நான் அலமாரியில் வைத்தேன்.

ஆனால் அடுத்த வாரம் நாகூர் சென்றபோது, 'உன்னிடம் லாமினேட் செய்து பாக்கெட்டில் வைக்கத்தானே சொன்னேன்' என்று சற்று கோபமாகக் கேட்டார்.

'அது கனவல்லவா?!' என்று நான் ஆச்சரியத்துடன் கேட்டேன்!

'இதற்காக நான் ஆம்பூர் வந்து நேரில் சொல்லவேண்டுமா? உன் மனம் வேறு, என் மனம் வேறு என்றா நினைத்தாய்? என்ன இவ்வளவு முட்டாளாக இருக்கிறாய்?' என்று அன்பாகக் கடிந்துகொண்டார் எங்கள் ஞானகுரு!

பாபாவின் ஆன்மிக வாரிசுகள்

பாபாவுக்கு பல ஆன்மிக சீடர்கள் இருந்தனர். தனக்குப் பிறகு தனது தரீக்கா எனப்படும் ஆன்மிகப்பாதையை வழிநடத்திச் செல்ல ஒருவர் நியமிக்கப்படுவார். அவர் பிரதான சீடர். பாபாவின் மறைவுக்குப் பிறகு அவரே குருவாக இருப்பார். அப்படி தேர்ந்தெடுக்கப்படுபவர்கள் கலீஃபா எனப்படுவர்.

மௌலானா அப்துல் கரீம் சாஹிப் என்பவரை பாபா தன் கலீஃபாவாக தேர்ந்தெடுத்திருந்தார். அவரை அன்பாக யூசுஃப்

ஷாஹ் என்று பாபா அழைத்தார். தன் மகன் என்றும் அவரைக் குறிப்பிட்டுவார். பாபா யூசுஃப் ஷாஹ்வின் உடல் பாகிஸ்தானில், கராச்சியில் 1947ல் அடக்கம் செய்யப்பட்டது. அவர் மறைவதற்கு முன்பே தனக்குப் பிறகு தனது கலீஃபாவாக குன்வர் அஸ்கர் அலீ கான் என்பவரை நியமித்திருந்தார். அவர் அல்பேலா ஷாஹ் யூசுஃப் என்ற பெயரில் புகழடைந்திருந்தார். யூசுஃப் ஷாஹ் பாபாவின் அடக்கஸ்தலத்தின் பொறுப்பாளராக ஜஹீன் ஷாஹ் என்பவர் நியமிக்கப்பட்டார். ஹஸ்ரத் குலாம் முஸ்தஃபா என்பவரும் தாஜுத்தீன் பாபாவின் சீடர்களில் புகழ்பெற்றவராக இருந்தார். இவரது தர்கா உ.பி.யில் சிகந்தராபாத் மாவட்டத்தில் உள்ள புலந்த் சாகர் என்ற பகுதியில் உள்ளது.

•

11

பொன்மொழிகள்

- இறைவனிடமிருந்து எதுவெல்லாம் உங்களை தூரமாக்கு கிறதோ அதிலிருந்தெல்லாம் நீங்கள் தூரமாகிக் கொள்ளுங்கள்.

- ஹஜ் எனும் புனித யாத்திரை செய்து, இறையில்லமான க'அபாவைச் சுற்றி வந்து, எடுத்து வைக்கும் ஒவ்வொரு அடிக்கும் இரண்டு ரக்'அத் தொழுது ஹஜ்ஜை நிறைவேற்று வதைவிட உயர்வான காரியம் ஒரேயொரு மனிதனின் கஷ்டத்தைத் தீர்த்து வைப்பதுதான். ஏனெனில் மனித இதயமானது ஆயிரம் க'அபாக்களைவிட புனிதமானது.

- ஆசைகளையும் ஆத்திரத்தையும் வெற்றி கொண்டவனே உண்மையான மனிதன். தெய்வத்தன்மையை உணரவிடாமல் தடுக்கும் எதிரிகள் இவர்கள் இரண்டு பேர்களே.

- இசையென்பது இறையனுபவத்தைத் தரவல்ல கருவியாகும். அது சம்பாதிப்பதற்கான வழியல்ல.

- இறைவனை அறிந்துகொள்ள வேண்டுமென்றால் அதற்கு ஒரே வழி உன்னை அறிந்துகொள்வதுதான்.

- உங்கள் குருவைக் கற்பனையில் வரித்துக்கொண்டு ஒவ்வொரு மூச்சை இழுக்கும்போதும் விடும்போதும் இறைவனுடைய திருநாமத்தைக் கூறுங்கள்.

- உங்கள் குருவின் பாதங்களில் உண்மையிலேயே நீங்கள் சரணடைந்துவிட்டீர்களென்றால், அல்லாஹ்வையும் அவன் தூதர் முஹம்மதுவையும் உணர்ந்துகொண்டீர்கள்.

- ஒரு பறவை தன் முட்டையின்மீது நிற்பதைப்போல உங்கள் இதயத்தில் நிலைத்திருந்தால் அற்புதமான அனுபவங்களை அது கொடுக்கும்.

- உங்கள் விருப்பங்கள், ஆசைகளையெல்லாம் தூக்கிப் போட்டுவிட்டு, இறைவனின் விருப்பம் ஒன்றே முக்கியம் என்று நீங்கள் செயல்படத் தொடங்கிவிட்டால், உங்கள் காரியங்களுக்கு இம்மையிலும் மறுமையில் சுவர்க்கத்திலும் இறைவன் பொறுப்பேற்றுக்கொள்கிறான்.

- நான் சந்தோஷப்படுவதும் இல்லை; துக்கப்படுவதும் இல்லை. சந்தோஷம், துக்கமெல்லாம் வந்து போகும் விருந்தினர்கள்.

- இறைவனை அறிந்துகொள்ள ஒரே வழி மனிதனுக்கு சேவை செய்வதுதான். ஃபகீர், சாதுகளைப் போல உடை அணிந்துகொள்வது, பூஜைகள் செய்வது, தொழுவது - இதனாலெல்லாம் இறைவனை அறிய முடியாது.

- உயிர் வாழும் காலத்தில் இறைவனைப் பிரிந்திருக்கிறோமே என்ற வேதனையில் இருக்கவேண்டும். இறக்கும் தருணத்தில் இறைவனோடு இணையப்போகிறோம் என்ற மகிழ்ச்சியில் திளைக்கவேண்டும். இப்படி வாழ்பவனே உண்மையான 'ஷஹீத்' (உயிர்த் தியாகம் செய்தவன்) ஆவான்.

- இறைவன் என் இதயத்துள் இருக்கும்போது நான் ஏன் அங்கும் இங்கும் அலைந்து கொண்டிருக்க வேண்டும்?

- இறைவா, என்னை நேசித்தவர்கள் செய்த பாவங்களைப் பற்றி அவர்களிடம் கேட்காதே, என்னிடம் கேள். ஏனெனில் அவர்கள் என்னவர்கள்.

•

12

நபிகள் நாயகத்தின் பரம்பரையில்

தாஜுத்தீன் பாபா ஒரு சையத் என்று ஏற்கனவே சொன்னோம். சையத் என்றால் இறுதித்தூதர் முஹம்மது அவர்களின் பரம்பரையில் வந்தவர் என்று பொருள். நபிகள் நாயகத்தின் 34 வது பரம்பரையில் வரும் தாஜுத்தீன் பாபாவின் பரம்பரைத் தொடர் இங்கே:

1. இறுதித்தூதர் முஹம்மது நபி (ஸல்) அவர்கள்
2. ஹஸ்ரத் சையத் அலீ முர்தஸா முஸ்கில்குஷா
3. ஹஸ்ரத் சையத் இமாம் ஹுசைன்
4. ஹஸ்ரத் சையத் இமாம் ஜைனுல் ஆபிதீன்
5. ஹஸ்ரத் சையத் இமாம் பாகிர்
6. ஹஸ்ரத் சையத் இமாம் ஜாஃபர் சாதிக்
7. ஹஸ்ரத் சையத் இமாம் மூசா காசிம்
8. ஹஸ்ரத் சையத் இமாம் மூசா
9. ஹஸ்ரத் சையத் இமாம் அலீ தக்கீ
10. ஹஸ்ரத் சையத் இமாம் ஹசன் அஸ்கரி
11. ஹஸ்ரத் சையத் அலீ அக்பர் ஷாஹ்
12. ஹஸ்ரத் சையத் முஹம்மத் ஜமா ஷாஹ்

13. ஹஸ்ரத் சையத் அப்துல்லாஹ் ஷாஹ்
14. ஹஸ்ரத் சையத் ஹுசைன் முஹம்மத் தக்கீ
15. ஹஸ்ரத் சையத் மஹ்மூத் ரூமி இப்னு பல்லாக்
16. ஹஸ்ரத் சையத் ஃபஹ்ருத்தீன் ஷாஹ்
17. ஹஸ்ரத் சையத் அப்துல்லாஹ் ஷாஹ்
18. ஹஸ்ரத் சையத் ஹுசைன் அக்பர்
19. ஹஸ்ரத் சையத் ஹுசைன் லகப்-எ-மெஹ்பூப்
20. ஹஸ்ரத் சையத் கமாலுத்தீன் புகாரி
21. ஹஸ்ரத் சையத் ஜலாலுத்தீன் புகாரி
22. ஹஸ்ரத் சையத் அப்துல்லாஹ் ஷாஹ்
23. ஹஸ்ரத் சையத் பஹாவுத்தீன் நக்ஷபந்தி
24. ஹஸ்ரத் சையத் அலாவுத்தீன் ஷாஹ்
25. ஹஸ்ரத் சையத் இமாதுத்தீன் ஷாஹ்
26. ஹஸ்ரத் சையத் கமாலுத்தீன் ஷாஹ்
27. ஹஸ்ரத் சையத் நசீருத்தீன் ஷாஹ்
28. ஹஸ்ரத் சையத் ஜமால் அஹ்மத் ஷாஹ்
29. ஹஸ்ரத் சையத் முஹ்யுத்தீன் ஷியா ஷாஹ்
30. ஹஸ்ரத் சையத் அப்துல் காதிர் ஷாஹ்
31. ஹஸ்ரத் சையத் அலீ ஷாஹ்
32. ஹஸ்ரத் சையத் ஹைதர் ஷாஹ்
33. ஹஸ்ரத் சையத் பத்ருத்தீன்
34. ஹஸ்ரத் சையத் முஹம்மது பாபா தாஜுத்தீன்

•

உதவிய நூல்கள்

1. *Biography of Hazrat Baba Tajuddin Nagpur*. Mohammed Abdul Hafeez. Hyderabad, India.
2. 'ஹஸ்ரத் தாஜுத்தீன் பாபா குரு சரித்திரம்: மதம் கடந்த மகான் - அற்புதங்களும் உபதேசங்களும்'. திருமதி ரமா சுப்ரமணியன். ஷ்ரீமத் ராஜே ராகூஜி மகராஜ் போஸ்லே வெளியீடு, நாக்பூர் மஹாராஷ்ட்ரா, 2019.
3. 'சவானிஹ் ஹயாத் பாபா தாஜுத்தீன் நாக்பூரி'. சுஹைல் அஹ்மத் அஸீமீ, கராச்சி. உர்து நூல்.
4. 'தாஜ் குத்பீ'. சவானிஹ் உமரீ. உர்து நூல்.
5. வலைத்தளங்கள்: saibharatwaja.org, tajbaba.com, nagpurpulse.com, medeivalsaint.blogspot.com, trustmehr.com, shreeswami.org

நிஜாமுத்தீன் அவ்லியா

நாகூர் ரூமி

முக்கியமான இந்திய சூஃபிகள் பலர் அறியப்படவேண்டிய அளவு பரவலாக அறியப்படாமலேயே இருக்கிறார்கள். ஹஸ்ரத் நிஜாமுத்தீன் அவ்லியா அவர்களுள் ஒருவர். அன்பு என்பதும் பாடல் என்பதும் கடவுள் என்பதும் இவருக்கு ஒன்றுதான். அளவற்ற அருள், கடலளவு கருணை, மாசற்ற மனிதத்தன்மை ஆகியவற்றின் அபூர்வமான சங்கமம் இவர்.

ISBN: 978-93-86737-09-0

குணங்குடி மஸ்தான் சாஹிப்

நாகூர் ரூமி

சூஃபி ஞானிகளில் ஒருவர்தான் குணங்குடி மஸ்தான் சாஹிப். முன்னவரும் மூத்தவருமான தக்கலை ஞானி பீரப்பாவைப் போல பாடல்கள் மூலமாக தன் செய்தியைச் சொன்னவர் குணங்குடியார். அவர் ஒரு சித்தர் என்று கருதப்படுவதற்கும் இது முக்கியமான காரணமாக உள்ளது.

ISBN: 978-81-948653-0-8

அடுத்த விநாடி

நாகூர் ரூமி

இந்த விநாடியில் நீங்கள் செய்யும் செயல்களின் விளைவே அடுத்த விநாடி உங்கள் வாழ்க்கையைத் தீர்மானிக்கிறது. உங்களின் 'இந்த விநாடி'யை அர்த்த முள்ளதாக்க இந்நூல் மிகச் சிறப்பாக உதவுகிறது. அதன் மூலம் உங்கள் அடுத்த விநாடி தொடங்கி வெற்றிப் பாதையில் நடைபோட வழிகாட்டுகிறது.

ISBN: 978-81-8368-003-5

ஆல்ஃபா தியானம்

நாகூர் ரூமி

ஆல்ஃபா என்பது ஓர் அறிதல் முறை. ஆச்சர்யமூட்டத்தக்க வகையில் உங்கள் இயல்புகளை மேன்மைப்படுத்தி, வாழ்வையே வண்ணமயமாக்கிவிடக்கூடிய ஒரு சிம்பிள் தியானம். முயற்சி செய்து பாருங்கள்! வியந்துபோவீர்கள்.

ISBN: 978-81-8368-419-4

மாற்றுச்சாவி

நாகூர் ரூமி

பிரச்சனைகள் பூட்டுகள் என்றால் தீர்வுகள்தான் சாவிகள். ஆனால் எல்லாச் சாவிகளும் தொலைந்து போன நிலையில் உங்கள் அனைத்துப் பிரச்னைகளையும் தீர்க்கும் ஒரு மாஸ்டர் மாற்றுச்சாவி கிடைக்குமானால் எப்படி இருக்கும்? நாகூர் ரூமியின் இந்த நூல் அந்தச் சாவியை உங்கள் கையில் கொடுக்கும்!

ISBN: 978-93-84149-92-5